MÌ Ý NHA LAM

100 CÔNG THỨC MỲ Ý TƯƠI ĐỂ CHUẨN BỊ MỖI NGÀY

Long Hải

từ chối trách nhiệm

Thông tin trong Sách điện tử này nhằm mục đích phục vụ như một bộ sưu tập toàn diện các chiến lược mà tác giả của Sách điện tử này đã thực hiện nghiên cứu. Tóm tắt, chiến lược, mẹo và thủ thuật chỉ là đề xuất của tác giả và việc đọc Sách điện tử này sẽ không đảm bảo rằng kết quả của một người sẽ phản ánh chính xác kết quả của tác giả. Tác giả của Sách điện tử đã thực hiện tất cả các nỗ lực hợp lý để cung cấp thông tin hiện tại và chính xác cho người đọc Sách điện tử. Tác giả và các cộng sự của nó sẽ không chịu trách nhiệm pháp lý cho bất kỳ lỗi hoặc thiếu sót không chủ ý nào có thể được tìm thấy. Tài liệu trong Sách điện tử có thể bao gồm thông tin của bên thứ ba. Tài liệu của bên thứ ba bao gồm các ý kiến được thể hiện bởi chủ sở hữu của họ. Do đó, tác giả của Sách điện tử không chịu trách nhiệm hoặc trách nhiệm pháp lý đối với bất kỳ tài liệu hoặc ý kiến của bên thứ ba nào.

MỤC LỤC

MỤC LỤC 3

GIỚI THIỆU 7

BỘT 8

1. BỘT BÁNG 9
2. BỘT KHÔ 11
3. BỘT MÌ CƠ BẢN 13

MÌ GIA CẦM 15

4. GÀ TETRAZZINI 16
5. MỲ GÀ SỐT KEM FRAICHE 19
6. PAD THÁI 21
7. LASAGNA GÀ 23

SỐ 8. SALAD PASTA GÀ CÀ RI 25

9. GỎI GÀ KIỂU Á 27
10. MÌ SAY 29
11. MÓN GÀ NƯỚNG KIỂU Ý 31
12. CARBONARA GÀ VÀ TÔM 33
13. SÚP VỎ MÌ HƯƠNG THẢO 36
14. MÌ CHUÔNG 39
15. SÚP CÀ CHUA HUN KHÓI 42
16. PASTA GÀ KEM PHÔ MAI 45
17. ALFREDO CỔ ĐIỂN 48
18. PARMIGIANA Ý DỄ DÀNG 51
15. GÀ TỪ MILAN 54
16. PASTA GÀ HẠT DẺ 57
17. THỊT GÀ VÀ SALAD FARFALLE 60
18. GÀ ALFREDO LASAGNA 63
19. GÀ TETRAZZINI 66

20. TÔM NƯỚNG TÓC THIÊN THẦN 69
21. LASAGNA CÀ RI 71
22. RIGATONI NƯỚNG VÀ THỊT VIÊN 74
23. PENNE ĐÚT LÒ VỚI THỊT VIÊN GÀ TÂY 76

MÌ CÁ/HẢI SẢN 79

24. TÔM PESTO VỚI MÌ ỐNG 80
25. SA LÁT HẢI SẢN MÌ ỐNG 82
26. PASTA CÁ HỒI XÔNG KHÓI 84
27. BAY SÒ ĐIỆP VỚI SPAGHETTI 86
28. CUA SALAD 88
29. TÔM LO MEIN 90
30. CARBONARA TÔM 92
31. TÔM HÙM MAC VÀ PHÔ MAI 95
36. MÌ ỐNG CÁ NGỪ 98
37. SCAMPI TÔM 101
38. MÌ ỐNG PENNE CỔ ĐIỂN 103
39. SỐT NGAO VÀ SỐT 105

MỲ Ý THỊT 107

40. SỐT BOLOGNA 108
41. THỊT BÒ HẦM 111
42. CHẢ BÒ SAUCY 113
43. LASAGNA CỔ ĐIỂN 116
44. SAUCY CHEDDAR FUSILLI SALAD 119
45. THỊT BÒ NƯỚNG PENNE 122
46. CHILI MAC SOONG 124
47. THỊT VIÊN BA PHÔ MAI MOSTACCIOLI 126
48. ZITI NƯỚNG 129
49. MÌ Ý DỄ DÀNG 132
50. MÓN GARU HUNGARY HUNGARY 134

MỲ Ý RAU 136

51. MÌ NƯỚNG KÈM RAU BI-NA 137
52. PROVOLONE ZITI NƯỚNG 140
53. RATATOUILLE LASAGNA 142
54. CANNELLONI CÀ TÍM 146
55. ATISÔ CẢI BÓ XÔI SỐT MÌ ỐNG 149
56. CÀ TÍM MEZZALUNA VÀ CÀ CHUA CONFIT 151
57. PASTA CÀ CHUA-PARMESAN TRƯỞNG THÀNH 155
58. BÍ NGÔ VÀ XÔ THƠM LASAGNA VỚI FONTINA 158
59. MINTY FETA VÀ ORZO SALAD 161
60. PASTA CHANH TƯƠI 164
61. TORTELLINI JARRED SALAD 167
62. SALAD MÌ ỐNG ROMANO LINGUINE 169
63. RAU HÚNG RIGATONI THUẦN CHAY 172
64. BLT PASTA SALAD 175
65. MÌ KUGEL 177
66. TORTELLINI PESTO SALAD 179
67. SALAD MÌ HOA GIẤY 181
68. SALAD MÌ ỐNG CAPRESE 183
69. MOZZARELLA RÁN VÀ SPAGHETTI 185
70. BUCATINI NGÔ KEM MỘT NỒI 188
71. RAU BINA VÀ MAC-AND-PHO MÁT ATISÔ 191
72. VỎ CẢI BÓ XÔI NHỒI BÔNG 194
73. BUTTERNUT VÀ CHARD PASTA NƯỚNG 196

MÌ ỐNG XÚC XÍCH 199

74. TÂY NAM LASAGNA 200
75. THỊT HẦM ROMANO RIGATONI 202
76. SALAD PEPPERONI ROTINI PHÔ MAI 205
77. MÌ ỐNG VUI VẺ LA MÃ 207
78. TORTELLINI CỔ ĐIỂN 210

79. Lasagna Tây Ban Nha ... 213
80. Ziti với xúc xích ... 216
81. Lasagna nước sốt ... 219
82. Lasagna nồi nấu chậm ... 222
83. Penne và xúc xích xông khói ... 224
84. Vỏ nhồi rau bina và phô mai ... 226
85. Lasagna cổ điển II ... 229
86. Mì xúc xích Pepperoni ... 233

Mì cổ điển ... 236

87. Mì Ramen Salad ... 237
88. Tóc thiên thần Carbonara ... 239
89. Penne với nước sốt Vodka ... 241
90. Nui ngòi bút nấu rượu Vodka ... 243
91. Pasta húng quế chanh với cải bruxen ... 246
92. Crimini mì nướng ... 249
93. Mỳ Ý Nóng Nắng ... 252
94. Puttanesca ... 254
95. Parmesan Orzo ... 257
96. mì ống mộc mạc ... 260
97. Mì trứng ở Đức ... 263
98. Mì Ý với bánh mì nướng ... 265
99. Nạp vỏ mì ống Lasagna ... 267
100. Scuola di Pasta ... 269

Phần kết luận ... 271

GIỚI THIỆU

Các thành phần được sử dụng để làm mì ống tươi là bột mì và trứng và muối tùy chọn. Điều này dẫn đến một trong những khía cạnh khó hiểu nhất của việc làm mì ống tự làm. Chỉ với hai thành phần chính, bạn sẽ được tha thứ cho việc tự hỏi tất cả những điều ồn ào đó là gì. Làm thế nào nó có thể được khó khăn? Vâng, tất nhiên nó không phải là khó khăn.

Có những công thức nấu ăn đơn giản nếu được tuân thủ cẩn thận với lượng chất lỏng phù hợp và loại bột phù hợp sẽ tạo ra kết quả xuất sắc trong mọi lần. Chỉ là có rất nhiều cách để thay đổi các công thức nấu ăn nhằm tạo ra kết quả mong muốn nên chỉ cần xem xét các biến số đang diễn ra.

Giờ đây, loại bột cổ điển của Ý được sử dụng cho mì ống hàng ngày được biết đến ở Ý và ở một số quốc gia khác với tên gọi bột '00'. Người Ý sử dụng thang điểm từ 00 đến 04 để biểu thị màu sắc của bột. Màu sắc phụ thuộc vào lượng cám và mầm đã được 'chiết xuất' từ bột mì. Cám và mầm là thứ mang lại màu sắc cho bột mì. Do đó, '00' đã được loại bỏ tất cả cám và mầm, do đó, một loại bột mì rất trắng và mị n, tất nhiên sẽ tạo ra mì ống mị n mượt, lý tưởng cho nhiều mục đích sử dụng.

Ngoài những trường hợp đặc biệt này, gluten là thành phần chính của quy trình làm mì ống. Khi trộn với chất lỏng và để yên trong một thời gian, Gluten sẽ hình thành các liên kết ở mức độ hóa học. Điều này làm cho bột đàn hồi và đàn hồi. Nó giữ bột lại với nhau và ngăn không cho bột bị vỡ vụn hoặc vỡ ra. Gluten cũng chính là thành phần tạo nên đặc tính của bột nhào bánh mì.

BỘT

1. bột báng

Thành phần

- 2 1/2 cốc bột mì đa dụng, cộng thêm bột mì
- 1 3/4 chén bột báng
- 1 1/4 cốc nước

Hướng

a) Cho bột mì, bột báng và nước vào tô của máy trộn đứng có gắn cánh khuấy và trộn ở tốc độ thấp cho đến khi bột quyện lại với nhau.

b) Tắt máy trộn, tháo phụ kiện cánh khuấy và thay bằng móc nhào bột. Cạo xuống các cạnh của bát và đánh bột bằng móc đánh bột ở tốc độ trung bình cho đến khi nó tạo thành một quả bóng, khoảng 5 phút. Bụi một bề mặt làm việc bằng phẳng với bột mì.

c) Lật bột ra một bề mặt đã được rắc bột và nhào nhẹ nhàng trong 20 đến 25 phút, cho đến khi khối bột bắt đầu đàn hồi và bề mặt bột mị n và mượt.

d) Bọc bột trong màng bọc thực phẩm và cho vào tủ lạnh để nghỉ ít nhất 45 phút và qua đêm trước khi dàn mỏng.

2. bột khô

Thành phần

- 1 1/2 chén bột mì đa dụng, và nhiều hơn nữa để phủi bụi
- 12 lòng đỏ trứng cực lớn (16 ounce lòng đỏ), đánh đều trong một bát vừa

Hướng

a) Cho bột vào tô của máy trộn đứng có gắn cánh khuấy và bắt đầu chạy máy ở tốc độ thấp. Với máy trộn đang chạy, thêm lòng đỏ trứng dần dần, trộn cho đến khi bột kết hợp với nhau. Tắt máy trộn và rắc bột mì lên bề mặt làm việc phẳng.

b) Lật bột ra một bề mặt đã được rắc bột, tạo thành một quả bóng và nhào nhẹ nhàng trong 20 đến 25 phút, cho đến khi quả bóng bắt đầu đàn hồi và bề mặt của bột mị n và mượt.

c) Bọc bột trong màng bọc thực phẩm và cho vào tủ lạnh để nghỉ ít nhất 45 phút và qua đêm trước khi dàn mỏng.

3. Bột mì cơ bản

Thành phần

- 2 1/4 cốc bột mì đa dụng, cộng thêm bột mì
- 3 quả trứng cực lớn
- 6 lòng đỏ trứng cực lớn

Hướng

a) Cho bột mì, trứng và lòng đỏ trứng vào tô của máy trộn đứng có gắn cánh khuấy và trộn ở tốc độ thấp cho đến khi bột quyện lại với nhau. Tắt máy trộn, tháo phụ kiện cánh khuấy và thay bằng móc nhào bột.

b) Cạo xuống các cạnh của bát và đánh bột bằng móc đánh bột ở tốc độ trung bình cho đến khi nó tạo thành một quả bóng, khoảng 5 phút. Bụi một bề mặt làm việc bằng phẳng với bột mì.

c) Lật bột ra một bề mặt đã được rắc bột và nhào nhẹ nhàng trong 20 đến 25 phút, cho đến khi khối bột bắt đầu đàn hồi và bề mặt bột mị n và mượt.

d) Bọc bột trong màng bọc thực phẩm và cho vào tủ lạnh để nghỉ ít nhất 45 phút và qua đêm trước khi dàn mỏng.

MÌ GIA CẦM

4. Gà tetrazzini

Kích thước khẩu phần: 8

Thành phần

- 8 oz. mì ống Ý
- 1 muỗng canh dầu ô liu
- 4 ức gà xé nhỏ
- Muối và hạt tiêu cho vừa ăn
- 1 chén nấm tươi thái lát
- 1 ớt chuông đỏ xắt nhỏ
- 1 củ hành tây xắt nhỏ
- 4 tép tỏi băm nhỏ
- $\frac{1}{4}$ chén bơ
- 3 muỗng canh bột mì
- $\frac{1}{2}$ muỗng cà phê húng tây
- 1 chén nước luộc gà
- 1 chén rưỡi
- $\frac{1}{4}$ chén rượu trắng
- $\frac{1}{2}$ muỗng cà phê muối tỏi
- $\frac{1}{2}$ muỗng cà phê oregano
- Hương vị hạt tiêu
- $\frac{1}{2}$ chén hỗn hợp phô mai Ý cắt nhỏ

Huóng

a) Nấu mì spaghetti trong nồi nước muối sôi trong 10 phút.
b) Đun nóng dầu trong một chảo lớn.
c) Cho ớt chuông, nấm, hành tây và tỏi vào chảo xào trong 5 phút, cho đến khi rau củ mềm và thị t gà không còn màu hồng.
d) Đun chảy bơ trong chảo và khuấy đều bột mì.
e) Tiếp tục khuấy cho đến khi tạo thành hỗn hợp sệt.
f) Từ từ đổ nước dùng, rượu ruői và rượu vào trong khi khuấy liên tục.
g) Nêm nước sốt với hạt tiêu, oregano và húng tây.
h) Cho hỗn hợp phô mai Ý vào khuấy đều trong 5 phút cho đến khi phô mai tan chảy.
i) Thêm rau củ và đun nhỏ lửa trong 5 phút.

5. Mỳ gà sốt kem Fraiche

Kích thước khẩu phần: 4

Thành phần

- 1 muỗng canh dầu ô liu
- 6 miếng phi lê gà
- $\frac{1}{4}$ chén rượu trắng
- $\frac{1}{4}$ chén nước dùng gà
- Muối và hạt tiêu cho vừa ăn
- 8 oz. mì ống thắt nơ
- 2 muỗng canh hẹ xắt nhỏ
- 3 tép tỏi băm nhỏ
- 1 chén nấm thái lát
- 2 cốc kem tươi
- 1/3 chén phô mai Parmesan bào
- 2 muỗng canh rau mùi tây xắt nhỏ

Huóng

a) Đun nóng dầu trong một chảo lón.
b) Nướng gà trong 5 phút.
c) Đổ rượu và nước dùng vào, nêm muối và hạt tiêu.
d) Đun nhỏ lửa trong 20 phút.
e) Trong khi gà đang sôi, nấu mì ống trong nồi nước muối trong 10 phút và để ráo nước. Để qua một bên.
f) Dùng kẹp chuyển gà ra đĩa và cắt thành khối vuông.
g) Thêm hành tây, tỏi và nấm vào chảo và xào trong 5 phút.
h) Cho thị t gà đã cắt khối trở lại chảo và cho kem tươi vào khuấy đều.
i) Đun nhỏ lửa trong 5 phút.
j) Đặt mì ống vào một bát phục vụ và đổ nước sốt lên trên mì ống.
k) Phủ phô mai parmesan và rau mùi tây xắt nhỏ lên trên.

6. Pad Thái

Kích thước khẩu phần: 6

Thành phần

- 12 oz., mì gạo
- 2 muỗng canh dầu đậu phộng
- $\frac{1}{2}$ chén gà viên
- 3 tép tỏi băm nhỏ
- 3 củ hành lá xắt nhỏ
- 1 muỗng canh dầu ô liu
- 4 quả trứng
- 2 muỗng cà phê tương ớt ngọt
- 1 muỗng canh giấm rượu trắng
- 2 Muỗng canh nước mắm
- 1 muỗng cà phê, nước cốt chanh
- 1 muỗng canh nước sốt đậu phộng
- 2 muỗng canh, đường
- $\frac{1}{4}$ chén đậu phộng giã nhỏ

Hướng

a) Ngâm mì gạo trong một bát nước trong 5 phút. Xả và đặt sang một bên.
b) Đun nóng dầu đậu phộng trong chảo lớn.
c) Phi thơm tỏi, hành lá và thị t gà trong 5 phút.
d) Chuyển gà vào đĩa và đặt sang một bên.
e) Đun nóng dầu ô liu trong cùng một chảo và đập trứng vào chảo.
f) Đánh trứng cho đến khi chúng cứng lại, khoảng 5 phút.
g) Cho tương ớt, giấm rượu trắng, nước mắm, nước cốt chanh, tương đậu phộng, đường vào khuấy đều.
h) Khuấy đều.
i) Cho gà trở lại chảo và nấu trong 3 phút.
j) Chuyển mì vào chảo và đảo đều.
k) Trên cùng với đậu phộng nghiền.

7. lasagna gà

Kích thước khẩu phần: 6

Thành phần

- 6 mì lasagna chưa nấu chín, luộc
- 1 chén gà nấu chín xé nhỏ
- 1 muỗng canh dầu ô liu
- ½ lb. nấm xắt nhỏ
- 1 ớt chuông đỏ xắt nhỏ
- 1 củ hành tây băm nhỏ
- 3 tép tỏi băm nhỏ
- ¼ chén nước dùng gà
- 8 oz., pho mát kem
- ½ muỗng cà phê oregano
- Muối và hạt tiêu cho vừa ăn
- 2 chén phô mai mozzarella bào nhỏ
- 3 chén nước sốt cà chua

Hướng

a) Làm nóng lò ở 350 độ F.
b) Đun nóng dầu ô liu trong chảo và xào nấm, ớt chuông, hành tây và tỏi trong 5 phút.
c) Kết hợp gà xé, nước dùng, phô mai kem, nấm, ớt chuông, hành tây, tỏi và oregano trong một cái bát.
d) Khuấy 1 chén phô mai mozzarella và nêm muối và hạt tiêu.
e) Đổ 1 chén nước sốt cà chua vào đĩa nướng 9x13.
f) Tạo ba lớp mì lasagna, hỗn hợp thị t gà và sốt cà chua.
g) Trên cùng với cốc phô mai mozzarella cắt nhỏ còn lại.
h) Nướng trong 45 phút.

8. Salad Pasta gà cà ri

Kích thước khẩu phần: 6

Thành phần

- 8 oz. vỏ mì ống
- 1 chén sốt mayonaise
- 1 cốc kem chua
- 3 chén gà nấu chín
- ½ chén quả óc chó băm nhỏ
- ½ cốc nho khô
- 2 muỗng cà phê bột cà ri
- Muối và hạt tiêu cho vừa ăn
- 3 củ hành lá xắt nhỏ

Huóng

a) Nấu mì ống trong nồi nước sôi có muối trong 10 phút. Xả và để nguội.

b) Kết hợp sốt mayonnaise, kem chua, thị t gà, quả óc chó, nho khô, bột cà ri, muối, hạt tiêu và hành lá trong một cái bát.

c) Khuấy trong mì ống.

d) Làm lạnh mì ống trong 3 giờ.

9. Gỏi gà kiểu Á

Kích thước khẩu phần: 4

Thành phần

- 2 muỗng canh đường nâu
- 1 muỗng canh nước tương
- 2 muỗng canh dầu mè
- 3 muỗng canh dấm gạo
- 1 đầu xà lách napa xắt nhỏ
- 1 ½ chén thị t gà xé nhỏ
- 4 củ hành lá xắt nhỏ
- 1 củ cà rốt gọt vỏ và nạo
- 1 chén đậu Hà Lan đường
- ¼ chén quýt lát cam
- 2 muỗng cà phê hạt mè nướng
- 3 muỗng canh hạnh nhân cắt nhỏ
- 8 oz. mì xào đóng hộp

Huóng

a) Kết hợp đường nâu, nước tương, dầu mè và giấm gạo và đổ vào hộp đựng.
b) Để yên trong 30 phút
c) Kết hợp xà lách napa, thị t gà, hành lá, cà rốt, đậu Hà Lan và lát cam trong một bát lớn.
d) Quăng với nước sốt salad.
e) Trên cùng là hạt vừng, hạnh nhân cắt nhỏ và mì xào đóng hộp.

10. mì say

Kích thước khẩu phần: 6

Thành phần

- $\frac{1}{4}$ chén giấm gạo
- 2 Muỗng canh nước mắm
- Nước cốt nửa quả chanh
- 1 muỗng canh đường nâu
- 1 muỗng canh nước sốt sriracha
- $\frac{3}{4}$ chén thị t gà băm nhỏ
- 16 oz. bún sợi to - nấu theo hướng dẫn trên bao bì
- $\frac{1}{4}$ chén dầu hạt cải
- 4 tép tỏi băm nhỏ
- 1 củ hành tây nhỏ, thái hạt lựu
- $\frac{1}{2}$ chén dầu hào
- 2 muỗng canh nước tương
- 3 củ cà rốt gọt vỏ và nạo
- 1 quả cà chua thái hạt lựu
- 1 chén nấm thái lát
- $\frac{1}{2}$ bắp non
- 3 muỗng canh hành lá xắt nhỏ
- 1 chén rau mùi xắt nhỏ

Hướng

a) Kết hợp giấm gạo, nước mắm, nước cốt chanh, đường nâu và nước sốt sriracha trong một cái bát.
b) Thêm thị t gà và áo khoác tốt.
c) Ướp gà trong 1 giờ.
d) Đun nóng dầu canola trong chảo
e) Xào tỏi và hành tây trong 5 phút.
f) Thêm thị t gà với nước xốt và khuấy đều.
g) Đun nhỏ lửa trong 10 phút.
h) Khuấy các thành phần còn lại và tiếp tục khuấy trong 5 phút.

11. Món Gà Nuớng Kiểu Ý

Kích thước khẩu phần: 4

Thành phần

- 1 muỗng canh dầu ô liu
- 1 ½ chén gà viên
- 4 tép tỏi băm nhỏ
- 1 củ hành tây xắt nhỏ
- 1 ớt chuông xanh xắt nhỏ
- 1 ớt chuông đỏ xắt nhỏ
- ½ chén rượu vang đỏ
- 1 (28 oz.) lon cà chua thái hạt lựu với nước ép
- ½ chén nước luộc gà
- 1 muỗng cà phê gia vị Ý hoặc hương vị
- 8 oz. mì ống vỏ nhỏ
- 6 oz. rau bina xắt nhỏ
- 1 chén phô mai parmesan bào
- 2 muỗng cà phê húng quế xắt nhỏ

Huớng

a) Đun nóng dầu ô liu trong chảo lớn và chiên gà trong 5 phút.
b) Thêm tỏi, hành tây và ớt và xào thêm 5 phút nữa.
c) Khuấy rượu, cà chua với nước ép, nước dùng và gia vị Ý.
d) Đun sôi chất lỏng và thêm mì ống vào chảo.
e) Nấu mì ống trên lửa vừa trong 10 phút cho đến khi chúng chín.
f) Thêm rau bina và phô mai parmesan và đun nhỏ lửa thêm 5 phút nữa.
g) Phục vụ với húng quế xắt nhỏ.

.

12. Carbonara gà và tôm

Kích thước khẩu phần: 6

Thành phần

- $\frac{1}{4}$ chén dầu ô liu, chia
- 1 lb thịt gà viên
- 4 muỗng canh tỏi băm, chia
- 1 muỗng cà phê húng tây
- 1 muỗng cà phê oregano
- 1 muỗng cà phê húng quế
- 1 lb. tôm bóc vỏ và rút chỉ
- 16 oz. mì
- 6 miếng thịt xông khói thái hạt lựu
- Muối và hạt tiêu cho vừa ăn
- 1 củ hành tây xắt nhỏ
- 1 chén nấm thái lát
- 1 ớt chuông đỏ xắt nhỏ
- 2 chén kem nặng
- 1 ly sữa
- 1 $\frac{1}{2}$ chén phô mai Parmesan bào
- 2 lòng đỏ trứng
- 1 chén rượu trắng.

Huớng

a) Đun nóng 2 muỗng canh ô liu trong chảo lớn.
b) Xào một nửa số tỏi và nêm với cỏ xạ hương, oregano và húng quế.
c) Khuấy thịt gà và nấu ở nhiệt độ thấp trong 10 phút.
d) Đặt gà lên đĩa và đặt sang một bên.
e) Sử dụng cùng một chảo, đun nóng 2 muỗng canh dầu ô liu và xào phần tỏi còn lại trong 2 phút.
f) Khuấy tôm và nấu ở nhiệt độ thấp trong 6 phút.
g) Chuyển tôm với gà.
h) Luộc mì trong nồi nước muối trong 12 phút.
i) Một lần nữa, sử dụng cùng một chảo, chiên thịt xông khói cho đến khi hoàn thành, khoảng 5 phút.
j) Xả thịt xông khói trên khăn giấy và vò nát. Để qua một bên.
k) Xào hành tây, ớt chuông và nấm trong chảo với mỡ thịt xông khói trong 5 phút.
l) Kết hợp kem nặng, sữa, phô mai parmesan, lòng đỏ trứng, muối và hạt tiêu trong một cái bát.
m) Thêm rượu vào chảo hành tây, hạt tiêu và nấm và đun sôi.
n) Nấu ở nhiệt độ thấp trong 5 phút.
o) Khuấy hỗn hợp kem nặng và đun nhỏ lửa trong 5 phút.
p) Cho tôm và gà trở lại chảo và phủ nước sốt.
q) Phục vụ tôm và thịt gà với mì ống.

13. Súp vỏ mì hương thảo

PHỤC VỤ4

Thành phần

- 2 muỗng cà phê dầu ô liu
- 1/2 C. vỏ mì ống nguyên hạt hoặc 1/2 C. vỏ
- 1 tép tỏi, bằm nhuyễn
- mỳ ống
- 1 củ hẹ, thái hạt lựu
- 1 muỗng cà phê hương thảo
- 3 -4 C. nước luộc gà không béo hoặc 3 -4 C.
- 3 C. Cải bó xôi, rửa sạch và cắt tỉ a
- kho rau
- 1/8 muỗng cà phê tiêu đen
- 1 (14 1/2 oz.) lon cà chua thái hạt lựu
- 1 lát ớt đỏ nghiền nhỏ
- 1 (14 1/2 oz.) lon đậu trắng (cannellini hoặc loại khác)

Hướng

a) Đặt một cái chảo lớn trên lửa vừa. Đun nóng dầu trong đó. Thêm tỏi và hẹ sau đó nấu chúng trong 4 phút.

b) Khuấy nước dùng, cà chua, đậu và hương thảo, tiêu đen và đỏ. Nấu chúng cho đến khi chúng bắt đầu sôi. Khuấy mì ống và đun sôi súp trong 12 phút.

c) Khuấy rau bina và đun nhỏ lửa súp cho đến khi héo. Phục vụ súp ấm áp.

d) Thưởng thức.

14. mì chuông

PHỤC VỤ số 8

Thành phần

- 1 muỗng canh dầu ô liu
- 1 1/2 C. đậu thận, nấu chín
- 1 củ hành tây, xắt nhỏ
- 2 muỗng cà phê húng tây tươi xắt nhỏ
- 2 tép tỏi, băm nhỏ
- 1/2 C. cải bó xôi
- 1 quả ớt chuông đỏ, xắt nhỏ
- 1 C. mì ống vỏ sò
- 3 C. nước luộc gà ít chất béo
- tiêu đen xay để nếm
- 1 C. cà chua đóng hộp, xắt nhỏ

Huóng

a) Đặt một nồi lón trên lửa vừa. Đun nóng dầu trong đó. Thêm hành tây và tỏi sau đó nấu chúng trong 5 phút. Khuấy ớt chuông và nấu chúng trong 3 phút.

b) Khuấy nước dùng, cà chua và đậu. Nấu chúng cho đến khi chúng bắt đầu sôi. Hạ nhiệt và đun sôi súp trong 20 phút.

c) Thêm cỏ xạ hương, rau bina và mì ống. Nấu súp trong 5 phút. Điều chỉ nh gia vị của súp. Phục vụ nó ấm áp.

d) Thưởng thức.

15.Súp cà chua hun khói

PHỤC VỤ số 8

Thành phần

- 2 lát thịt xông khói gà tây, thái nhỏ
- 1 bó củ cải Thụy Sĩ đỏ hoặc trắng
- 1 củ hành tây, xắt nhỏ
- 1/4 C. mì ống nhỏ chưa nấu chín, chẳng hạn như orzo hoặc
- 1 tép tỏi, băm nhỏ
- pastina
- 1/4 muỗng cà phê hạt nhục đậu khấu mới xay (tùy chọn)
- 5 lá xô thơm tươi lớn, băm nhỏ
- 1/8 muỗng cà phê ớt đỏ nghiền
- 5 lá húng quế tươi, xắt nhỏ (tùy chọn) (tùy chọn)
- 1 muỗng canh phô mai Parmesan nạo, chia
- 6 C. nước dùng gà, hoặc nhiều hơn nếu cần (tùy chọn)
- 1 (15 oz.) lon đậu cannellini, để ráo nước và
- 1 muỗng canh dầu ô liu nguyên chất, đã chia (tùy chọn) rửa sạch - hoặc nhiều hơn để nếm thử
- 2 muỗng canh cà chua khô xắt nhỏ
- 2 oz. Vỏ phô mai Parmesan

Hướng

a) Đặt một cái chảo lớn trên lửa vừa. Thêm thịt xông khói, hành tây, tỏi, hạt nhục đậu khấu và ớt đỏ sau đó nấu trong 5 phút.

b) Khuấy nước dùng gà và đậu cannellini sau đó nấu cho đến khi chúng bắt đầu sôi. Thêm cà chua khô và miếng phô mai Parmesan.

c) Nấu súp trên lửa nhỏ trong 10 phút.

d) Cắt thân của củ cải thành ling 3/4 inch và lá thành lát rộng 1 inch. Thêm thân cây với mì ống vào súp sau đó nấu chúng trong 10 phút ở nhiệt độ thấp.

e) Thêm lá củ cải thái lát, cây xô thơm và húng quế sau đó nấu trong 5 phút ở nhiệt độ thấp. Phục vụ súp ấm với pho mát.

16.Pasta gà kem phô mai

PHỤC VỤ6

Thành phần

- 1 /2 C. bột mì, cộng với
- 1 quả ớt đỏ, cắt sợi
- 1 muỗng canh bột mì
- 1/2 C. rượu trắng
- 1 muỗng canh muối
- 1/2 lb. toàn bộ lá rau bina, có cuống
- 2 muỗng cà phê tiêu đen
- 12 oz chất lỏng. kem béo
- 2 muỗng cà phê gia vị thảo mộc Ý
- 1 C. pho mát parmesan, nạo
- 3 lạng. ức gà không da không xương
- 3 oz chất lỏng. dầu thực vật, chia
- 1 lb mì ống penne
- 1 muỗng canh tỏi, băm nhỏ

Huóng

a) Trước khi bạn làm bất cứ điều gì, hãy đặt lò ở 350 F.

b) Lấy một cái đĩa cạn: Trộn vào đó 1 1/2 C. bột mì, muối, hạt tiêu đen và gia vị thảo mộc của Ý.

c) Đặt một chảo chống lò lớn trên lửa vừa, sau đó đun nóng một ít dầu.

d) Lăn ức gà với hỗn hợp bột sau đó chiên vàng trong chảo trong 4 phút cho mỗi bên. Chuyển chảo với thị t gà vào lò nướng và nấu trong 17 phút.

e) Nấu mì ống penne bằng cách làm theo hướng dẫn trên bao bì cho đến khi mì trở nên mềm.

f) Xả nó và đặt nó sang một bên.

g) Để làm nước sốt:

h) Đặt một cái chảo lớn trên lửa vừa. Thêm vào đó 1 oz. dầu. Nấu trong đó ớt đỏ với tỏi trong 1 phút. Khuấy bột mì.

i) Khuấy rượu và ủ chúng trong 1 phút. Thêm kem và rau bina sau đó nấu cho đến khi chúng bắt đầu sôi. Khuấy phô mai cho đến khi nó tan chảy.

j) Lấy một bát trộn lớn: Trộn mì ống với 1/2 lượng nước sốt. Phục vụ mì ống nóng với thị t gà sau đó rưới nước sốt còn lại lên trên.

17. Alfredo cổ điển

PHỤC VỤ số 8

Thành phần

- 6 nửa ức gà không da, không xương
- 3/4 muỗng cà phê tiêu trắng xay
- 3 C. sữa
- 6 muỗng canh bơ, chia
- 1 C. nửa rưỡi
- 4 tép tỏi, băm nhỏ, chia
- 3/4 C. phô mai Parmesan bào
- 1 muỗng canh gia vị Ý
- 8 oz. phô mai Monterey Jack cắt nhỏ
- 1 lb mì ống fettuccini
- 3 quả cà chua Roma (mận), thái hạt lựu
- 1 củ hành tây, thái hạt lựu
- 1/2 C. kem chua
- 1 (8 oz.) gói nấm thái lát
- 1/3 C. bột mì đa dụng
- 1 muỗng canh muối

Hướng

a) Khuấy thịt gà của bạn sau khi phủ gia vị Ý trong 2 muỗng canh bơ với 2 miếng tỏi.

b) Cho thịt vào xào chín tới rồi để các thứ sang một bên.

c) Bây giờ luộc mì ống của bạn trong nước và muối trong 9 phút sau đó loại bỏ tất cả chất lỏng.

d) Đồng thời xào hành tây của bạn trong 4 muỗng canh bơ cùng với nấm và thêm 2 miếng tỏi.

e) Tiếp tục chiên hỗn hợp cho đến khi hành tây trong suốt, sau đó kết hợp với hạt tiêu, muối và bột mì của bạn.

f) Khuấy và nấu hỗn hợp trong 4 phút. Sau đó, dần dần thêm nửa rưỡi và sữa vào, đồng thời khuấy cho đến khi mọi thứ mịn.

g) Kết hợp Monterey và phô mai parmesan và nấu hỗn hợp cho đến khi phô mai tan chảy rồi thêm thịt gà, kem chua và cà chua.

h) Phục vụ mì ống của bạn một cách tự do với hỗn hợp thịt gà và nước sốt.

18.Parmigiana Ý dễ dàng

PHỤC VỤ2

Thành phần

- 1 quả trứng, đánh tan
- 2 oz. phô mai mozzarella cắt nhỏ
- 2 oz. vụn bánh mì khô
- 1/4 C. phô mai Parmesan bào
- 2 ức gà không da, không xương
- một nửa
- 3/4 (16 oz.) lọ nước sốt spaghetti

Huớng

a) Phủ dầu lên một tấm bánh quy, sau đó đặt lò nuớng của bạn ở nhiệt độ 350 độ truớc khi làm bất cứ việc gì khác.

b) Lấy một cái bát và thêm vào trúng của bạn.

c) Lấy bát thứ 2 và thêm vụn bánh mì vào.

d) Đầu tiên phủ gà của bạn với trúng sau đó với vụn bánh mì.

e) Đặt các miếng thị t gà của bạn lên khay nuớng bánh quy và nấu trong lò trong 45 phút cho đến khi chín hoàn toàn.

f) Bây giờ, thêm một nủa nuớc sốt mì ống của bạn vào đĩa thị t hầm và đặt thị t gà của bạn lên trên nuớc sốt.

g) Đặt phần nuớc sốt còn lại lên trên miếng thị t gà. Sau đó thêm phô mai parmesan và phô mai mozzarella lên trên mọi thứ.

h) Nấu parmigiana trong lò nuớng trong 25 phút.

15. gà từ Milan

PHỤC VỤ4

THÀNH PHẦN

- 1 muỗng canh bơ
- Muối và hạt tiêu cho vừa ăn
- 2 tép tỏi, băm nhỏ
- 2 muỗng canh dầu thực vật
- 1/2 C. cà chua phơi nắng, thái hạt lựu
- 2 muỗng canh húng quế tươi thái hạt lựu
- 1 C. nước dùng gà, chia
- 8 oz. mì fettuccini khô
- 1 C. kem nặng
- 1 lb ức gà không da, không xương
- một nửa

Hướng

a) Phủ dầu lên một tấm bánh quy, sau đó đặt lò nướng của bạn ở nhiệt độ 350 độ trước khi làm bất cứ việc gì khác.

b) Xào tỏi trong 1 phút với bơ, sau đó kết hợp với 3/4 C. nước dùng và cà chua.

c) Tăng nhiệt và đun sôi mọi thứ.

d) Sau khi hỗn hợp sôi, đặt nhiệt ở mức thấp và để nội dung nấu trong 12 phút.

e) Bây giờ thêm kem vào và đun sôi lại mọi thứ cho đến khi hỗn hợp đặc lại.

f) Rắc hạt tiêu và muối lên khắp thị t gà, sau đó chiên thị t trong dầu nóng trong 5 phút cho mỗi mặt cho đến khi chín hoàn toàn. Sau đó đặt gà sang một bên trong một cái bát có nắp đậy.

g) Loại bỏ một số giọt nhỏ giọt khỏi chảo và bắt đầu đun sôi 1/4 C. nước dùng trong khi cạo các phần dưới cùng.

h) Sau khi hỗn hợp sôi, vặn nhỏ lửa, cho húng quế vào và để nước dùng bớt đi một chút.

i) Khi nó đã được giảm bớt, hãy kết hợp nó với nước sốt kem cà chua.

j) Bây giờ bắt đầu luộc mì ống của bạn trong nước và muối trong 9 phút, sau đó loại bỏ chất lỏng và đặt mọi thứ vào một cái bát. Khuấy mì ống với khoảng 5 muỗng canh sốt kem cà chua.

k) Bây giờ hãy cắt thị t gà của bạn thành từng dải và đun nóng lại cà chua. Chia mì của bạn giữa các món ăn. Cho mì lên trên một ít thị t gà và sau đó là một ít nước sốt.

16. Pasta gà hạt dẻ

PHỤC VỤ4

Thành phần

- 6 lát thị t xông khói
- 1 (6 oz.) lọ tim atisô ướp, để ráo nước
- 10 nhánh măng tây, tỉ a đầu và thái nhỏ
- 1/2 (16 oz.) gói rotini, khuỷu tay hoặc penne
- 1 ức gà nấu chín, mì ống
- 1/4 C. nam việt quất khô
- 3 muỗng canh sốt mayonnaise ít béo
- 1/4 C. hạnh nhân cắt lát nướng
- 3 muỗng canh nước sốt salad balsamic
- Muối và hạt tiêu cho vừa ăn
- 2 muỗng cà phê nước cốt chanh
- 1 muỗng cà phê nước sốt Worrouershire

Hưóng

a) Đặt một cái chảo lón trên lửa vừa. Nấu thịt xông khói trong đó cho đến khi nó trở nên giòn. Loại bỏ nó khỏi dầu mỡ dư thừa. Phá vỡ nó và đặt nó sang một bên.

b) Nấu mì ống theo hướng dẫn trên bao bì.

c) Lấy một bát trộn nhỏ: Kết hợp trong đó mayo, giấm balsamic, nước cốt chanh và sốt Worcestershire. Trộn đều chúng.

d) Lấy một bát trộn lớn: Cho mì ống đã trộn nước sốt vào đó. Thêm atisô, thịt gà, quả nam việt quất, hạnh nhân, thịt xông khói vụn và măng tây, một chút muối và hạt tiêu.

e) Khuấy đều chúng. Làm lạnh salad trong tủ lạnh trong 1 giờ 10 phút rồi dùng.

17. Thịt gà và salad Farfalle

PHỤC VỤ6

Thành phần

- 6 quả trứng
- 3 củ hành xanh, thái lát mỏng
- 1 (16 oz.) gói farfalle (thắt nơ) Mì ống
- 1/2 củ hành tím, xắt nhỏ
- 1/2 (16 oz.) chai salad kiểu Ý
- 6 miếng gà

Cách ăn mặc

- 1 quả dưa chuột, thái lát
- 4 trái xà lách romaine, thái lát mỏng
- 1 bó củ cải, tỉ a và thái lát
- 2 củ cà rốt, gọt vỏ và thái lát

Huóng

a) Đặt trúng vào một cái chảo lón và đậy bằng nuóc. Nấu trúng trên lửa vừa cho đến khi chúng bắt đầu sôi.

b) Tắt lửa và để trúng nghỉ trong 16 phút. Xả trúng vói nuóc lạnh để trúng bót nóng.

c) Bóc vỏ trúng và cắt chúng sau đó đặt chúng sang một bên.

d) Đặt các miếng thị t gà vào một cái chảo lón. Đậy chúng bằng 1/4 C. nuóc. Nấu chúng trên lửa vừa cho đến khi gà chín.

e) Để ráo thị t gà và cắt thành từng miếng nhỏ.

f) Lấy một bát trộn lón: Cho mì ống, thị t gà, trúng, dua chuột, củ cải, cà rốt, hành lá và hành tím vào đó. Thêm nuóc sốt Ý và trộn chúng một lần nữa.

g) Đặt salad vào tủ lạnh trong 1 giờ 15 phút.

h) Đặt trái tim xà lách trên đĩa phục vụ. Chia salad giữa chúng.

18. Gà Alfredo Lasagna

Thành phần

- 4 ounce pancetta thái lát mỏng, cắt thành dải
- 3 ounces prosciutto hoặc giăm bông nguội cắt lát mỏng, cắt thành dải
- 3 chén gà quay xé nhỏ
- 5 muỗng canh bơ không ướp muối, hình khối
- 1/4 chén bột mì đa dụng
- 4 ly sữa nguyên chất
- 2 chén phô mai Asiago cắt nhỏ, chia
- 2 muỗng canh mùi tây tươi băm nhỏ, chia
- 1/4 muỗng cà phê tiêu xay thô
- Nhúm hạt nhục đậu khấu
- 9 mì lasagna không nấu
- 1-1/2 chén phô mai mozzarella tách béo từng phần
- 1-1/2 chén phô mai Parmesan bào nhỏ

Huóng

a) Trong một cái chảo lón, nấu pancetta và prosciutto trên lửa vừa cho đến khi chín vàng. Xả trên khăn giấy. Chuyển đến một bát lón; thêm thị t gà và quăng để kết hợp.

b) Đối vói nước sốt, trong một cái chảo lón, đun chảy bơ trên lửa vừa. Khuấy bột cho đến khi mị n; dần dần đánh sữa trong. Đun sôi, khuấy liên tục; nấu và khuấy 1-2 phút hoặc cho đến khi đặc lại. Loại bỏ nhiệt; khuấy trong 1/2 chén phô mai Asiago, 1 muỗng canh rau mùi tây, hạt tiêu và hạt nhục đậu khấu.

c) Làm nóng lò nướng ở nhiệt độ 375°. Phết 1/2 chén nước sốt vào khuôn 13x9 đã bôi mỡ. món nướng. Lóp vói một phần ba của mỗi thứ sau: mì, nước sốt, hỗn hợp thị t, pho mát Asiago, mozzarella và Parmesan. Lặp lại các lóp hai lần.

d) Nướng, đậy nắp, 30 phút. khám phá; nướng lâu hơn 15 phút hoặc cho đến khi sủi bọt. Rắc rau mùi tây còn lại. Để yên 10 phút trước khi phục vụ.

19. Gà tetrazzini

Nguyên liệu

- 8 ounces spaghetti chưa nấu chín
- 2 muỗng cà phê cộng với 3 muỗng canh bơ, chia
- 8 dải thị t xông khói, xắt nhỏ
- 2 chén nấm tươi thái lát
- 1 củ hành tây nhỏ, xắt nhỏ
- 1 quả ớt xanh nhỏ, xắt nhỏ
- 1/3 chén bột mì đa dụng
- 1/4 muỗng cà phê muối
- 1/4 muỗng cà phê tiêu
- 3 chén nước luộc gà
- 3 chén gà quay xé nhỏ
- 2 chén đậu Hà Lan đông lạnh (khoảng 8 ounce)
- 1 lọ (4 ounces) pimientos thái hạt lựu, để ráo nước
- 1/2 chén pho mát Romano hoặc Parmesan nghiền

Huớng

a) Làm nóng lò nuớng ở nhiệt độ 375°. Nấu mì spaghetti theo huớng dẫn trên bao bì cho món ăn ngon. Làm khô hạn; chuyển sang 13x9-in đuợc bôi trơn. món nuớng. Thêm 2 muỗng cà phê bơ và quăng lên áo khoác.

b) Trong khi đó, trong một cái chảo lớn, nấu thị t xông khói trên lửa vừa cho đến khi giòn, thỉ nh thoảng khuấy. Tẩy bằng thìa rãnh; ráo nuớc trên khăn giấy. Loại bỏ nhỏ giọt, đặt 1 muỗng canh trong chảo. Thêm nấm, hành tây và tiêu xanh vào nuớc nhỏ giọt; nấu và khuấy trên lửa vừa cao trong 5-7 phút hoặc cho đến khi mềm. Lấy ra khỏi chảo.

c) Trong cùng một chảo, đun nóng bơ còn lại trên lửa vừa. Khuấy bột mì, muối và hạt tiêu cho đến khi mị n; dần dần đánh trong nuớc dùng. Đun sôi, thỉ nh thoảng khuấy; nấu và khuấy 3-5 phút hoặc cho đến khi hơi đặc lại. Thêm hỗn hợp thị t gà, đậu Hà Lan, pimientos và nấm; đun nóng, thỉ nh thoảng khuấy. Thìa trên mì spaghetti. Rắc thị t xông khói và phô mai.

d) Nuớng, không đậy nắp, 25-30 phút hoặc cho đến khi vàng nâu. Để yên 10 phút truớc khi phục vụ.

20. Tôm nướng tóc thiên thần

Nguyên liệu

- 1 gói (9 ounces) mì ống tóc thiên thần làm lạnh
- 1-1/2 pound tôm vừa chua nấu chín, bóc vỏ và bỏ chỉ
- 3/4 chén phô mai feta vụn
- 1/2 chén phô mai Thụy Sĩ cắt nhỏ
- 1 lọ (16 ounce) salsa chunky
- 1/2 chén phô mai Monterey Jack vụn
- 3/4 chén mùi tây tươi băm nhỏ
- 1 muỗng cà phê húng quế khô
- 1 muỗng cà phê oregano khô
- 2 quả trứng lớn
- 1 cốc rưỡi kem
- 1 cốc sữa chua nguyên chất
- Rau mùi tây tươi xắt nhỏ, tùy chọn

Hướng

a) Trong một 13x9-in bôi trơn. đĩa nướng, lớp một nửa mì ống, tôm, phô mai feta, phô mai Thụy Sĩ và salsa. Lặp lại các lớp. Rắc phô mai Monterey Jack, rau mùi tây, húng quế và oregano.

b) Trong một bát nhỏ, đánh trứng, kem và sữa chua; đổ qua soong. Nướng, không đậy nắp, ở 350° cho đến khi nhiệt kế chỉ 160°, 25-30 phút. Để yên trong 5 phút trước khi phục vụ. Nếu muốn, rắc rau mùi tây xắt nhỏ lên trên.

21. lasagna cà ri

Nguyên liệu

- 1 muỗng canh dầu hạt cải
- 1 củ hành vừa, xắt nhỏ
- 4 muỗng cà phê bột cà ri
- 3 tép tỏi, băm nhỏ
- 1 lon (6 ounces) bột cà chua
- 2 lon (13,66 ounce mỗi lon) nước cốt dừa
- 1 pound (khoảng 4 chén) gà quay xé nhỏ, loại bỏ da
- 12 mì lasagna, chưa nấu chín
- 2 chén phô mai ricotta tách kem
- 2 quả trứng lớn
- 1/2 chén rau mùi tươi xắt nhỏ, chia
- 1 gói (10 ounces) rau bina xắt nhỏ đông lạnh, rã đông và vắt khô
- 1/2 thìa cà phê muối
- 1/4 muỗng cà phê tiêu
- 2 chén phô mai mozzarella tách béo một phần
- chanh nêm

Huóng

a) Làm nóng lò nướng ở nhiệt độ 350°. Trong một cái chảo lớn, đun nóng dầu trên lửa vừa và cao. Thêm hành tây; nấu và khuấy cho đến khi mềm, khoảng 5 phút. Thêm bột cà ri và tỏi; nấu thêm 1 phút nữa. Khuấy bột cà chua; đổ nước cốt dừa vào chảo. Đun sôi. Giảm nhiệt và đun nhỏ lửa trong 5 phút. Cho thị t gà vào xào chín.

b) Trong khi đó, nấu mì lasagna theo hướng dẫn trên bao bì. Làm khô hạn. Kết hợp ricotta, trứng, 1/4 chén rau mùi, rau bina và gia vị .

c) Rải một phần tư hỗn hợp gà vào 13x9-in. món nướng được phủ bằng bình xị t nấu ăn. Lớp với 4 mì, một nửa hỗn hợp ricotta, một phần tư hỗn hợp thị t gà và 1/2 chén phô mai mozzarella. Lặp lại các lớp. Cho phần mì còn lại, hỗn hợp gà còn lại và phomai mozzarella còn lại lên trên.

d) Nướng, không đậy nắp, cho đến khi sủi bọt, 40-45 phút. Để nguội 10 phút trước khi cắt. Trên cùng với rau mùi còn lại; phục vụ với nêm chanh.

22. Rigatoni nuớng và thịt viên

Nguyên liệu

- 3½ chén mì ống Rigatoni
- 1⅓chén Mozzarella, cắt nhỏ
- 3 muỗng canh Parmesan, mới xay
- 1 pound gà tây nạc xay

Hướng:

a) Thị t viên: Cho vào bát, đánh nhẹ trứng; trộn hành tây, vụn, tỏi, Parmesan, oregano, muối và hạt tiêu. Trộn trong gà tây.

b) Đị nh hình một muỗng đầy thành những quả bóng.

c) Trong chảo lớn, đun nóng dầu trên lửa vừa và cao; nấu thị t viên theo mẻ nếu cần, trong 8-10 phút hoặc cho đến khi chín vàng các mặt.

d) Cho hành, tỏi, nấm, ớt xanh, húng quế, đường, lá oregano, muối, tiêu và nước vào chảo; nấu trên lửa vừa, thỉ nh thoảng khuấy trong khoảng 10 phút hoặc cho đến khi rau mềm. Khuấy cà chua và bột cà chua; đun sôi. Thêm thị t viên

e) Trong khi đó, nấu món Rigatoni trong một nồi nước muối sôi lớn. Chuyển sang đĩa nướng 11x7 inch hoặc soong lò nông 8 cốc.

f) Rắc phô mai mozzarella, sau đó rắc đều phô mai Parmesan lên trên. Nướng

23. Penne đút lò với thịt viên gà tây

Nguyên liệu

- 1 pound gà tây xay
- 1 tép tỏi lớn; băm nhỏ
- ¾ chén vụn bánh mì tươi
- ½ chén hành tây thái nhỏ
- 3 muỗng canh Hạt thông; nướng
- ½ chén lá mùi tây tươi băm nhỏ
- 1 trứng lớn; bị đánh nhẹ
- 1 muỗng cà phê muối
- 1 muỗng cà phê Tiêu đen
- 4 muỗng canh dầu Olive
- 1 cân Penne
- 1½ cốc phô mai mozzarella bào thô
- 1 chén phô mai Romano tươi bào
- 6 chén sốt cà chua
- 1 Thùng chứa; (15 oz.) phô mai ricotta

Huớng:

a) Trong một cái bát, trộn đều thịt gà tây, tỏi, vụn bánh mì, hành tây, hạt thông, rau mùi tây, trứng, muối và tiêu rồi viên thành thịt viên và nấu.

b) nấu mì ống

c) Trộn phô mai mozzarella và Romano trong một cái bát nhỏ. Cho khoảng $1\frac{1}{2}$ chén nước sốt cà chua và một nửa số thịt viên vào đĩa đã chuẩn bị và múc một nửa mì ống lên trên.

d) Phết một nửa hỗn họp nước sốt và một nửa phô mai còn lại lên mì ống. Cho thịt viên còn lại lên trên và rắc ricotta lên trên thịt viên. Nướng penne ở giữa lò 30 đến 35 phút.

MÌ CÁ/HẢI SẢN

24. Tôm Pesto với mì ống

Kích thước khẩu phần: 4

Thành phần

- 8 oz. mì ống Ý
- 2 tép tỏi băm nhỏ
- muối để hương vị
- 1 muỗng canh dầu ô liu
- 8 oz. măng tây
- 1 chén nấm trắng thái lát
- $\frac{3}{4}$ pound tôm bóc vỏ và bỏ chỉ
- $\frac{1}{8}$ muỗng cà phê ớt đỏ
- $\frac{1}{4}$ chén pesto - hoặc tự chuẩn bị
- 2 muỗng canh phô mai parmesan nạo

Hướng

a) Cho mì spaghetti vào nồi nước muối sôi và nấu trong 10 phút.
b) Xả mì spaghetti nhưng để lại một ít nước mì ống sang một bên.
c) Đun nóng dầu ô liu trong chảo.
d) Xào tỏi, măng tây và nấm trong 5 phút hoặc cho đến khi mềm.
e) Cho tôm vào chảo và nêm ớt đỏ
f) Nấu trong 5 phút.
g) Nếu cần chất lỏng, hãy thêm một vài thìa nước mì ống.
h) Kết hợp sốt pesto và phô mai parmesan.
i) Khuấy pesto vào tôm.
j) Nấu trong 5 phút
k) Phục vụ trên spaghetti.

25. Sa lát hải sản mì ống

Kích thước khẩu phần: 12

Thành phần

- 16 oz. Farfalle Pasta
- 3 quả trúng luộc xắt nhỏ
- 2 nhánh cần tây xắt nhỏ
- 6 oz., tôm nhỏ nấu chín
- ½ chén thị t cua thật
- Muối và hạt tiêu cho vừa ăn

Cách ăn mặc:

- 1 chén sốt mayonaise
- ½ muỗng cà phê ớt bột
- 2 muỗng cà phê nước cốt chanh

Huớng

a) Nấu mì ống trong nồi nước sôi có muối trong 10 phút. Làm khô hạn.
b) Chuyển mì ống vào một bát lớn và khuấy trong các thành phần salad còn lại.
c) Kết hợp các thành phần thay đồ và quăng với món salad.
d) Che và làm lạnh trong 1 giờ.

26. Pasta cá hồi xông khói

Kích thước khẩu phần: 8

Thành phần

- 16 oz. Penne pasta
- $\frac{1}{4}$ chén bơ
- 1 củ hành tây nhỏ, xắt nhỏ
- 3 tép tỏi băm nhỏ
- 3 muỗng canh bột mì
- 2 chén kem nhẹ
- $\frac{1}{2}$ chén rượu trắng
- 1 Muỗng canh nước cốt chanh
- $\frac{1}{2}$ chén phô mai Romano nạo
- 1 chén nấm thái lát
- $\frac{3}{4}$ lb. cá hồi hun khói xắt nhỏ

Huóng

a) Nấu mì ống trong nồi nước muối trong 10 phút. Làm khô hạn.
b) Đun chảy bơ trong chảo và xào hành tây và tỏi trong 5 phút.
c) Khuấy bột vào hỗn hợp bơ và tiếp tục khuấy trong 2 phút.
d) Nhẹ nhàng thêm kem nhẹ.
e) Mang chất lỏng ngay dưới điểm sôi.
f) Khuấy phô mai và tiếp tục khuấy cho đến khi hỗn hợp mị n, khoảng 3 phút.
g) Thêm nấm và đun nhỏ lửa trong 5 phút.
h) Chuyển cá hồi vào chảo và nấu trong 3 phút.
i) Phục vụ hỗn hợp cá hồi trên mì ống penne.

27. Bay Sò điệp với Spaghetti

Kích thước khẩu phần: 4

Thành phần

- 8 oz. mì ống Ý
- ⅓chén rượu trắng khô
- 3 muỗng canh bơ
- 1 lb sò điệp
- 4 tép tỏi băm nhỏ
- 1 nhúm mảnh ớt đỏ
- 1 chén kem nặng
- Muối và hạt tiêu cho vừa ăn
- Nước cốt nửa quả chanh
- $\frac{1}{4}$ chén Pecorino-Romano nghiền

Hướng

a) Nấu mì spaghetti trong nồi nước muối trong 10 phút. Xả và đặt sang một bên.
b) Đun nóng bơ trong chảo lớn.
c) Thêm sò điệp thành một lớp và chiên trong 2 phút ở lửa vừa.
d) Lật sò điệp và làm nâu mặt còn lại trong 1 phút nữa.
e) Khuấy tỏi, ớt đỏ và rượu và nấu trong 1 phút. Đảm bảo không nấu sò điệp quá chín.
f) Nêm muối, hạt tiêu và nước cốt của nửa quả chanh.
g) Khuấy spaghetti vào chảo và kết hợp nó với sò điệp.
h) Đun nhỏ lửa trong 2 phút và phủ phô mai bào lên trên.

28. cua Salad

Kích thước khẩu phần: 4

Thành phần

- 1 chén mì ống khuỷu tay
- ½ chén sốt mayonaise
- 3 muỗng canh kem chua
- 12 oz. thị t cua lột
- 3 nhánh cần tây xắt nhỏ
- ¼ chén đậu đông lạnh rã đông
- 1 muỗng cà phê nước cốt chanh
- ¾ muỗng cà phê gia vị Old Bay
- Muối và hạt tiêu cho vừa ăn
- ½ muỗng cà phê ớt bột - tùy chọn

Huóng

a) Nấu mì ống trong nồi nước muối trong 10 phút và để ráo nước. Để nguội.

b) Kết hợp các thành phần còn lại và khuấy trong mì ống.

c) Rắc ớt bột lên trên nếu dùng.

29. Tôm Lo Mein

Kích thước khẩu phần: 2

Thành phần

- 8 oz. mì ống Ý
- $\frac{1}{4}$ chén nước tương
- 3 muỗng canh dầu hào
- 1 muỗng canh mật ong
- $\frac{1}{2}$ inch gừng nạo
- 1 muỗng canh dầu ô liu
- 1 ớt chuông đỏ xắt nhỏ
- 1 củ hành tây thái nhỏ
- $\frac{1}{2}$ chén hạt dẻ nước xắt nhỏ
- $\frac{1}{2}$ chén nấm cremini thái lát
- 3 tép tỏi băm nhỏ
- 1 lb. tôm tươi bóc vỏ và rút chỉ
- 2 quả trứng đánh tan

Hướng

a) Nấu mì spaghetti trong nồi nước muối trong 10 phút. Xả nước.
b) Kết hợp nước tương, dầu hào, mật ong và gừng trong một cái bát.
c) Đun nóng dầu ô liu trong một cái chảo lớn.
d) Xào ớt chuông, hành tây, củ năng, nấm trong 5 phút.
e) Cho tỏi và tôm vào xào thêm 2 phút nữa.
f) Chuyển các nguyên liệu sang một bên của chảo và tráng trứng ở phía bên kia trong 5 phút.
g) Thêm mì spaghetti và nước sốt và kết hợp tất cả các thành phần trong 2 phút.

30. Carbonara tôm

Kích thước khẩu phần: 6

Thành phần

- ¼ chén dầu ô liu, chia
- 1 lb thịt gà viên
- 4 muỗng canh tỏi băm, chia
- 1 muỗng cà phê húng tây
- 1 muỗng cà phê oregano
- 1 muỗng cà phê húng quế
- 1 lb. tôm bóc vỏ và rút chỉ
- 16 oz. mì
- 6 miếng thịt xông khói thái hạt lựu
- Muối và hạt tiêu cho vừa ăn
- 1 củ hành tây xắt nhỏ
- 1 chén nấm thái lát
- 1 ớt chuông đỏ xắt nhỏ
- 2 chén kem nặng
- 1 ly sữa
- 1 ½ chén phô mai Parmesan bào
- 2 lòng đỏ trứng
- 1 chén rượu trắng.

Huớng

a) Đun nóng 2 muỗng canh ô liu trong chảo lớn.
b) Xào một nửa số tỏi và nêm với cỏ xạ hương, oregano và húng quế.
c) Khuấy thị t gà và nấu ở nhiệt độ thấp trong 10 phút.
d) Đặt gà lên đĩa và đặt sang một bên.
e) Sử dụng cùng một chảo, đun nóng 2 muỗng canh dầu ô liu và xào phần tỏi còn lại trong 2 phút.
f) Khuấy tôm và nấu ở nhiệt độ thấp trong 6 phút.
g) Chuyển tôm với gà.
h) Luộc mì trong nồi nước muối trong 12 phút.
i) Một lần nữa, sử dụng cùng một chảo, chiên thị t xông khói cho đến khi hoàn thành, khoảng 5 phút.
j) Xả thị t xông khói trên khăn giấy và vò nát. Để qua một bên.
k) Xào hành tây, ớt chuông và nấm trong chảo với mỡ thị t xông khói trong 5 phút.
l) Kết hợp kem nặng, sữa, phô mai parmesan, lòng đỏ trứng, muối và hạt tiêu trong một cái bát.
m) Thêm rượu vào chảo hành tây, hạt tiêu và nấm và đun sôi.
n) Nấu ở nhiệt độ thấp trong 5 phút.
o) Khuấy hỗn hợp kem nặng và đun nhỏ lửa trong 5 phút.
p) Cho tôm và gà trở lại chảo và phủ nước sốt.
q) Phục vụ tôm và thị t gà với mì ống.

31. Tôm hùm Mac và phô mai

Kích thước khẩu phần: 2

Thành phần

- 1 muỗng canh dầu ô liu
- 3 đuôi tôm hùm, chẻ làm đôi theo chiều dọc và khía
- 3 muỗng canh bơ
- 2 muỗng canh bột mì
- 1 ½ chén ruỡi
- ½ cốc sữa
- ¼ muỗng cà phê ớt bột
- ¼ thìa cà phê ớt bột
- muối để hương vị
- ¼ muỗng cà phê sốt Worrouershire
- ½ chén phô mai Cheddar nạo
- 3 muỗng canh, phô mai Gruyere bào
- 1 chén mì ống khuỷu tay đã chuẩn bị
- ½ chén vụn bánh mì Panko
- ¼ chén bơ đun chảy
- 5 muỗng canh phô mai Parmesan nạo

Huóng

a) Làm nóng lò ở 400 độ.
b) Phủ hai đĩa gratin bằng bình xị t chống dính
c) Đun nóng dầu trong chảo và chiên đuôi tôm hùm trong 2 phút ở lửa vừa.
d) Để tôm hùm nguội và tách thị t ra khỏi vỏ.
e) Cắt thị t và loại bỏ vỏ.
f) Sử dụng cùng một chảo để làm tan chảy bơ.
g) Tạo roux bằng cách cho bột vào khuấy đều và tiếp tục khuấy trong 1 phút.
h) Đổ nửa ruỡi và sữa vào và tiếp tục khuấy trong 3 phút.
i) Để chất lỏng sôi và thêm ớt bột, bột ớt, muối và sốt Worcestershire.
j) Để nhỏ lửa trong 4 phút.
k) Thêm phô mai cheddar và Gruyere và khuấy trong 5 phút cho đến khi phô mai tan chảy.
l) Thêm mì ống vào nước sốt phô mai và khuấy nhẹ trong khối tôm hùm.
m) Đổ hỗn hợp mac và phô mai vào cả hai đĩa gratin.
n) Kết hợp Panko, bơ tan chảy và phô mai parmesan trong một cái bát.
o) Rưới hỗn hợp lên mac và pho mát.
p) Nướng mac và phô mai trong 15 phút.

36.mì ống cá ngừ

PHỤC VỤ4

Thành phần

- 2 muỗng canh dầu ô liu
- 1 (7 oz.) hộp cá ngừ ngâm dầu, để ráo nước
- 1 miếng phi lê cá cơm
- 1/4 C. rau mùi tây lá phẳng tươi thái hạt lựu
- 2 muỗng canh nụ bạch hoa
- 1 (12 oz.) gói mỳ Ý
- 3 tép tỏi băm
- 1 muỗng canh dầu ô liu nguyên chất, hoặc để nếm thử
- 1/2 C. rượu vang trắng khô
- 1/4 C. Parmigiano-Reggiano mới xay
- 1/4 muỗng cà phê oregano khô
- pho mát, hoặc để hương vị
- 1 nhúm hạt tiêu đỏ, hoặc nếm thử
- 1 Muỗng canh rau mùi tây lá phẳng tươi thái hạt lựu, hoặc để nếm thử 3 C. cà chua Ý (mận) nghiền
- muối và tiêu đen xay để nếm
- 1 nhúm ớt cayenne, hoặc nếm thử

Huớng

a) Xào nụ bạch hoa và cá cơm trong dầu ô liu trong 4 phút, sau đó cho tỏi vào và tiếp tục chiên hỗn hợp thêm 2 phút nữa.

b) Bây giờ thêm hạt tiêu, rượu vang trắng và cam.

c) Khuấy hỗn hợp và tăng nhiệt.

d) Để hỗn hợp nấu trong 5 phút trước khi thêm cà chua và đun nhỏ lửa hỗn hợp.

e) Khi hỗn hợp đang sôi, thêm vào: ớt cayenne, hạt tiêu đen và muối.

f) Đặt nhiệt ở mức thấp và để mọi thứ nấu trong 12 phút.

g) Bây giờ bắt đầu luộc mì ống của bạn trong nước và muối trong 10 phút, sau đó loại bỏ tất cả chất lỏng và để mì trong chảo.

h) Kết hợp cà chua sôi với mì và đậy nắp nồi. Với mức nhiệt thấp làm ấm mọi thứ trong 4 phút.

i) Khi phục vụ món mì ống của bạn, hãy rắc một ít Parmigiano-Reggiano, rau mùi tây và dầu ô liu.

37.Scampi tôm

Kích thước khẩu phần: 2

Thành phần

- 1 lb. tôm lớn đã bóc vỏ và rút chỉ
- ½ muỗng cà phê bột tỏi
- ½ muỗng cà phê gia vị Old Bay
- 8 oz. sợi tóc thiên thần
- ¼ chén bơ
- 5 tép tỏi băm nhỏ
- 3 Muỗng canh rượu trắng
- 1 Muỗng canh nước cốt chanh
- ½ cốc rưỡi
- 3 muỗng canh rau mùi tây xắt nhỏ
- 1 muỗng cà phê hạt tiêu đỏ

Hướng

a) Cho tôm vào tô và trộn với bột tỏi và gia vị Old Bay. Hãy ngồi trong 10 phút.
b) Nấu mì ống tóc thiên thần trong nồi nước muối trong 5 phút. Nó nên là al dente. Xả nước.
c) Đun chảy bơ trong chảo.
d) Thêm tỏi và xào trong 1 phút
e) Khuấy tôm và xào trong 2 phút mỗi bên - không lâu hơn.
f) Thêm bơ, rượu vang, nước cốt chanh, nửa rưỡi và khuấy trong 2 phút.
g) Đặt mì ống tóc thiên thần vào một cái bát và cho tôm và nước sốt lên trên.
h) Rắc ớt đỏ và rau mùi tây xắt nhỏ trước khi ăn.

38. Mì ống Penne cổ điển

PHỤC VỤ số 8

Thành phần

- 1 (16 oz.) gói mì ống penne
- 2 (14,5 oz.) lon cà chua thái hạt lựu
- 2 muỗng canh dầu ô liu
- 1 lb tôm, bóc vỏ và rút chỉ
- 1/4 C. hành tím thái hạt lựu
- 1 C. phô mai Parmesan bào
- 1 muỗng canh tỏi băm
- 1/4 C. rượu trắng

Huóng

a) Luộc mì ống của bạn trong nước và muối trong 9 phút sau đó loại bỏ chất lỏng.

b) Bây giờ bắt đầu xào tỏi và hành trong dầu cho đến khi hành mềm.

c) Sau đó cho cà chua và rượu vào.

d) Đun hỗn hợp trong 12 phút trong khi khuấy. Sau đó thêm tôm vào và nấu mọi thứ trong 6 phút.

e) Bây giờ thêm mì ống và khuấy tất cả mọi thứ để phủ đều mì.

39.Sốt ngao và sốt

Kích thước khẩu phần: 4

Thành phần

- 16 oz. mì ống
- 1 muỗng canh dầu ô liu
- 1 củ hành tây xắt nhỏ
- 5 tép tỏi băm nhỏ
- ½ chén bơ
- Muối và hạt tiêu cho vừa ăn
- ¼ chén rượu trắng khô
- ¼ cốc nước nghêu
- 1 ½ chén nghêu xắt nhỏ
- 1 muỗng cà phê hạt tiêu đỏ

Hướng

a) Nấu linguini trong nồi nước muối trong 10 phút. Làm khô hạn.

b) Đun nóng dầu ô liu trong chảo và xào hành tây và tỏi trong 5 phút.

c) Thêm bơ, muối, tiêu, rượu và nước ngao.

d) Đun nhỏ lửa trong 25 phút. Nước sốt nên được giảm bớt và đặc lại.

e) Khuấy nghêu và đun nhỏ lửa trong 5 phút.

f) Đặt linguini vào một cái bát và phủ nước sốt ngao.

g) Phục vụ với mảnh ớt đỏ.

MỲ Ý THỊT

40. Sốt Bologna

Khẩu phần ăn. 10

Thành phần

- 1 muỗng canh dầu ô liu
- 3 oz. bánh xèo cắt nhỏ
- 1 củ hành tây xắt nhỏ
- 2 tép tỏi băm nhỏ
- 1 chén nấm thái lát
- 2 củ cà rốt bào sợi
- 2 nhánh cần tây xắt nhỏ
- 1 lb thị t bò xay
- $\frac{3}{4}$ lb. thị t lợn xay
- 28 oz. cà chua đóng hộp nghiền nát
- 6 oz. bột cà chua
- $\frac{1}{2}$ chén rượu trắng khô
- $\frac{3}{4}$ chén nước dùng
- $\frac{1}{2}$ cốc sữa
- 1 muỗng cà phê gia vị Ý hoặc hương vị
- Muối và hạt tiêu cho vừa ăn
- $\frac{1}{4}$ chén Pecorino Romano nghiền
- 1 lb. mì ống đã chuẩn bị

Huóng

a) Đun nóng dầu trong chảo lớn và xào pancetta, hành tây và tỏi trong 5 phút.
b) Dùng chảo rán cả hai loại thị t trong 5 phút.
c) Thoát khỏi bất kỳ chất béo.
d) Thêm hỗn hợp pancetta trở lại chảo và khuấy đều thị t bò và thị t lợn.
e) Khuấy các thành phần còn lại và kết hợp tốt.
f) Đậy nắp chảo và đun nhỏ lửa trong 1 giờ trong khi thường xuyên khuấy.
g) Phục vụ trên mì ống nấu chín.

41.thịt bò hầm

Kích thước khẩu phần: 4

Thành phần

- 1 ½ lb thịt bò xay
- 1 củ hành tây nhỏ
- 3 tép tỏi băm nhỏ
- 1 chén nấm thái lát
- 1 (10,5 oz.) lon kem súp nấm cô đặc
- 1 (10,5 oz.) lon nước dùng thịt bò
- 2 muỗng cà phê nước sốt Worrouershire
- 2 muỗng canh sherry
- 3 muỗng canh hỗn hợp nước sốt Ranch khô
- Muối và hạt tiêu cho vừa ăn
- ½ chén kem chua - nếm thử và thêm nhiều hơn nếu bạn muốn
- 8 oz. mì trứng nấu chín

Huớng

a) Chuẩn bị mì trứng trong nước muối sôi trong 5 phút và đặt sang một bên.
b) Nướng thịt bò trong chảo hoặc nồi lớn trong 5 phút.
c) Cho hành tây, tỏi và nấm vào xào thêm 5 phút nữa.
d) Loại bỏ bất kỳ chất béo.
e) Đổ kem súp nấm, nước dùng, nước sốt Worrouershire, rượu sherry, nước sốt Ranch khô và nêm muối và hạt tiêu.
f) Đun nhỏ lửa trong 20 phút.
g) Khuấy kem chua và đun nhỏ lửa trong 5 phút nữa.
h) Cho mì trứng ra đĩa và cho thịt bò hầm lên trên.

42.Chả Bò Saucy

PHỤC VỤ6

Thành phần

- 500 g thị t bò bằm
- 1 muỗng canh nước dùng bò khô ăn liền
- 4 muỗng canh dầu ô liu
- 2 lá nguyệt quế
- 1 củ hành tây, thái hạt lựu
- Nước sốt Worrouershire, dấu gạch ngang
- 2 tép tỏi, bóc vỏ và nghiền nát
- 1 muỗng cà phê hạt tiêu
- 1 thìa cà phê quế
- 1 muỗng cà phê ớt bột
- 130 g bột cà chua
- 500 g nước sốt mì ống

Huớng

a) Đặt một cái chảo lớn trên lửa lớn. Đun nóng dầu trong đó. Thêm hành tây, tỏi, thị t bò và gia vị sau đó nấu chúng trong 6 phút.

b) Khuấy nước sốt cà chua và mì ống, ớt bột, thị t bò, lá nguyệt quế, muối và hạt tiêu sau đó nấu chúng trong 30 phút ở nhiệt độ thấp trong khi khuấy thường xuyên.

c) Phục vụ thị t bò xào của bạn khi còn ấm với một ít mì ống.

43.Lasagna cổ điển

PHỤC VỤ số 8

Thành phần

- 1 1/2 cân Anh. thịt bò nạc
- 2 quả trứng, đánh tan
- 1 củ hành tây, thái hạt lựu
- 1 panh phô mai ricotta tách béo
- 2 tép tỏi, băm nhỏ
- 1/2 C. phô mai Parmesan bào
- 1 muỗng canh húng quế tươi thái hạt lựu
- 2 muỗng canh mùi tây khô
- 1 muỗng cà phê oregano khô
- 1 muỗng cà phê muối
- 2 muỗng canh đường nâu
- 1 lb. phô mai mozzarella, cắt nhỏ
- 1 1/2 muỗng cà phê muối
- 2 muỗng canh phô mai Parmesan nạo
- 1 (29 oz.) lon cà chua thái hạt lựu
- 2 (6 oz.) lon sốt cà chua
- 12 mì lasagna khô

Huớng

a) Xào tỏi, hành tây và thị t bò trong 3 phút rồi cho tuơng cà chua, húng quế, cà chua thái hạt lựu, lá oregano, 1,5 thìa cà phê muối và đuờng nâu vào trộn đều.

b) Bây giờ hãy đặt lò nuớng của bạn ở 375 độ truớc khi làm bất cứ điều gì khác.

c) Bắt đầu luộc mì ống trong nuớc và muối trong 9 phút, sau đó loại bỏ tất cả chất lỏng.

d) Lấy một cái bát, trộn 1 thìa cà phê muối, trứng, rau mùi tây, ricotta và phô mai parmesan.

e) Cho một phần ba mì ống vào đĩa hầm và phủ một nửa hỗn hợp phô mai, một phần ba nuớc sốt và 1/2 phô mai mozzarella lên trên mọi thứ.

f) Tiếp tục xếp lớp theo cách này cho đến khi tất cả các thành phần đã được sử dụng hết.

g) Sau đó rắc thêm một ít parmesan lên trên mọi thứ.

h) Nuớng lasagna trong lò trong 35 phút.

44. Saucy Cheddar Fusilli Salad

PHỤC VỤ10

Thành phần

- 2 muỗng canh dầu ô liu
- 6 củ hành lá, xắt nhỏ
- 1 muỗng cà phê muối
- 3/4 C. ớt jalapeno ngâm chua
- 1 (16 oz.) gói mì ống fusilli
- 1 (2,25 oz.) Có thể cắt lát ô liu đen
- 2 lb. thịt bò nạc xay thêm
- (không bắt buộc)
- 1 (1,25 oz.) gói hỗn hợp gia vị taco
- 1 (8 oz.) gói Cheddar cắt nhỏ
- 1 lọ salsa nhẹ (24 oz.)
- phô mai
- 1 (8 oz.) nước xốt trang trại đóng chai
- 1 1/2 ớt chuông đỏ, xắt nhỏ

Huóng

a) 1. Đặt một nồi lón trên lửa vừa. Đổ đầy nước và khuấy dầu ô liu với muối.

b) Nấu nó cho đến khi nó bắt đầu sôi.

c) 2. Thêm mì ống và đun sôi trong 10 phút. Lấy nó ra khỏi nước và đặt nó sang một bên để ráo nước.

d) 3. Đặt chảo lón trên lửa vừa. Nuóng thị t bò trong đó trong 12 phút. Loại bỏ mỡ thừa.

e) 4. Thêm gia vị taco và trộn đều. Đặt hỗn hợp sang một bên để mất nhiệt hoàn toàn.

f) 5. Lấy một bát trộn lón: Trộn salsa, sốt trang trại, ớt chuông, hành lá, ớt jalapenos và ô liu đen vào trong đó.

g) 6. Thêm mì ống với thị t bò nấu chín, phô mai Cheddar và hỗn hợp nước xốt. Khuấy đều chúng. Đặt một miếng bọc nhựa trên bát salad. Đặt nó trong tủ lạnh trong 1 giờ 15 phút.

45. Thịt bò nướng Penne

Nguyên liệu

- 1 gói (12 ounce) mì ống penne làm từ lúa mì nguyên cám
- 1 pound thị t bò nạc xay (90% nạc)
- 2 zucchini vừa, thái nhỏ
- 1 quả ớt xanh lớn, thái nhỏ
- 1 củ hành tây nhỏ, thái nhỏ
- 1 lọ (24 ounce) nước sốt spaghetti
- 1-1/2 chén nước sốt Alfredo ít chất béo
- 1 chén phô mai mozzarella tách béo từng phần, chia nhỏ
- 1/4 muỗng cà phê bột tỏi
- Rau mùi tây tươi băm nhỏ, tùy chọn

Hướng

a) Nấu penne theo hướng dẫn trên bao bì. Trong khi đó, trong một lò nướng của Hà Lan, nấu thị t bò, bí xanh, hạt tiêu và hành tây trên lửa vừa cho đến khi thị t không còn màu hồng nữa, vỡ thành vụn; làm khô hạn. Khuấy sốt spaghetti, sốt Alfredo, 1/2 chén phô mai mozzarella và bột tỏi. Xả penne; khuấy vào hỗn hợp thị t.

b) Chuyển sang 13x9-in. món nướng được phủ bằng bình xị t nấu ăn. Đậy nắp và nướng ở 375° trong 20 phút. Rắc phô mai mozzarella còn lại. Nướng, không đậy nắp, lâu hơn 3-5 phút hoặc cho đến khi phô mai tan chảy. Nếu muốn, rắc mùi tây lên trên.

46.Chili Mac Soong

Nguyên liệu

- 1 chén macaroni khuỷu tay chưa nấu chín
- 2 pound thị t bò nạc xay (90% nạc)
- 1 củ hành vừa, xắt nhỏ
- 2 tép tỏi, băm nhỏ
- 1 lon (28 ounce) cà chua thái hạt lựu, không để ráo nước
- 1 lon (16 ounces) đậu thận, rửa sạch và để ráo nước
- 1 lon (6 ounces) bột cà chua
- 1 lon (4 ounces) ớt xanh xắt nhỏ
- 1-1/4 muỗng cà phê muối
- 1 muỗng cà phê ớt bột
- 1/2 muỗng cà phê thì là
- 1/2 muỗng cà phê tiêu
- 2 chén hỗn hợp phô mai Mexico ít chất béo cắt nhỏ
- Hành lá thái lát mỏng, tùy chọn

Hướng

a) Nấu mì ống theo hướng dẫn trên bao bì. Trong khi đó, trong một chảo chống dính lớn, nấu thị t bò, hành tây và tỏi trên lửa vừa cho đến khi thị t không còn màu hồng, thị t vỡ vụn; làm khô hạn. Khuấy cà chua, đậu, bột cà chua, ớt và gia vị . Xả mì ống; thêm vào hỗn hợp thị t bò.

b) Chuyển sang 13x9-in. món nướng được phủ bằng bình xị t nấu ăn. Đậy nắp và nướng ở 375° cho đến khi sủi bọt, 25-30 phút. khám phá; rắc phô mai. Nướng cho đến khi phô mai tan chảy, lâu hơn 5-8 phút. Nếu muốn, trên cùng với hành lá thái lát.

47.Thịt Viên Ba Phô mai Mostaccioli

Nguyên liệu

- 1 gói (16 ounce) mostaccioli
- 2 quả trứng lớn, đánh nhẹ
- 1 hộp phô mai ricotta tách béo một phần (15 ounce)
- 1 pound thịt bò xay
- 1 củ hành vừa, xắt nhỏ
- 1 muỗng canh đường nâu
- 1 muỗng canh gia vị Ý
- 1 muỗng cà phê bột tỏi
- 1/4 muỗng cà phê tiêu
- 2 lọ (24 ounce mỗi lọ) nước sốt mì ống với thịt
- 1/2 chén phô mai Romano nạo
- 1 gói (12 ounces) thịt viên Ý đông lạnh nấu chín hoàn toàn, rã đông
- 3/4 chén phô mai Parmesan bào
- Mùi tây tươi thái nhỏ hoặc rau arugula non tươi, tùy chọn

Hướng

a) Làm nóng lò nướng ở nhiệt độ 350°. Nấu hầu hết các loại củ theo hướng dẫn trên bao bì cho món ăn ngon; làm khô hạn. Trong khi đó, trong một bát nhỏ, trộn trứng và phô mai ricotta.

b) Trong một 6-qt. kho, nấu thị t bò và hành tây trong 6-8 phút hoặc cho đến khi thị t bò không còn màu hồng, bẻ thị t bò thành vụn; làm khô hạn. Khuấy đường nâu và gia vị . Thêm nước sốt mì ống và mostaccioli; tung để kết hợp.

c) Chuyển một nửa hỗn hợp mì ống sang 13x9-in đã bôi mỡ. món nướng. Lớp với hỗn hợp ricotta và hỗn hợp mì ống còn lại; rắc phô mai Romano. Cho thị t viên và phô mai Parmesan lên trên.

d) Nướng, không đậy nắp, 35-40 phút hoặc cho đến khi nóng qua. Nếu muốn, rắc mùi tây lên trên.

48.Ziti nuóng

Kích thước khẩu phần: 10

Thành phần

- 1 lb mì ống ziti
- 1 muỗng canh dầu ô liu
- 1 lb thị t bò xay
- Muối và hạt tiêu cho vừa ăn
- ½ muỗng cà phê muối tỏi
- ½ muỗng cà phê bột tỏi
- 1 củ hành tây xắt nhỏ
- 6 chén nước sốt cà chua
- ½ muỗng cà phê oregano
- ½ muỗng cà phê húng quế
- 1 chén phô mai ricotta
- 1 quả trứng đánh tan
- 1 cái ly. phô mai mozzarella cắt nhỏ
- ¼ chén phô mai pecorino nạo

Huóng

a) Luộc ziti trong nồi nước muối trong 10 phút. Xả nước.
b) Đun nóng dầu ô liu trong nồi.
c) Nêm thị t bò với muối, hạt tiêu, muối tỏi và bột tỏi.
d) Nướng thị t và hành tây trong nồi trong 5 phút.
e) Đổ nước sốt cà chua và nêm với oregano và húng quế.
f) Đun nhỏ lửa trong 25 phút.
g) Làm nóng lò ở 350 độ.
h) Đánh trứng và phô mai ricotta với nhau.
i) Rắc phô mai pecorino.
j) Chuyển một nửa mì ống và một nửa nước sốt vào đĩa nướng.
k) Thêm một nửa phô mai ricotta.
l) Trên cùng với một nửa phô mai mozzarella.
m) Tạo một lớp mì ống, nước sốt và mozzarella khác.
n) Nướng trong 25 phút. Các loại phô mai nên sủi bọt.

49.mì Ý dễ dàng

Kích thước khẩu phần: 4

Thành phần

- 12 oz. mì ống Ý
- 1 muỗng canh dầu ô liu
- 1 lb thịt bò xay
- 1 củ hành tây xắt nhỏ
- 3 tép tỏi băm nhỏ
- Muối và hạt tiêu cho vừa ăn
- 1 muỗng cà phê đường
- $\frac{1}{4}$ muỗng cà phê bột nghệ
- 2 muỗng canh sốt cà chua
- 2 chén nước sốt cà chua
- 1 muỗng cà phê gia vị Ý

Hướng

a) Chuẩn bị mì ống trong nồi nước muối sôi trong 10 phút. Xả và đặt sang một bên.
b) Đun nóng dầu ô liu trong một cái chảo lớn.
c) Xào hành tây và tỏi trong 5 phút.
d) Cho thịt bò xay, muối, hạt tiêu và bột nghệ vào trộn đều.
e) Thêm bột cà chua, nước sốt cà chua và gia vị Ý.
f) Đun nhỏ lửa trong 45 phút.
g) Thêm mì spaghetti và trộn với nước sốt.

50.món garu Hungary Hungary

Kích thước khẩu phần: 6

Thành phần

- 1 muỗng canh dầu ô liu
- 2 lạng. thị t bò xay
- 2 củ hành tây xắt nhỏ
- 3 tép tỏi băm nhỏ
- 1 ½ muỗng canh ớt bột ngọt
- Muối và hạt tiêu cho vừa ăn
- 2 muỗng canh sốt Worrouershire
- 2 chén cà chua đóng hộp với nước ép
- ¾ chén rượu vang đỏ
- 1 muỗng cà phê đường
- ½ thìa cà phê ớt bột
- ¾ chén nước dùng thị t bò
- 2 chén mì trứng nấu chín

Hướng

a) Đun nóng dầu ô liu trong chảo.
b) Xào thị t bò, hành tây và tỏi trong 5 phút.
c) Khuấy ớt bột, hạt tiêu và muối.
d) Thêm nước sốt Worrouershire, cà chua thái hạt lựu với nước ép, rượu vang đỏ, đường, bột ớt và nước dùng thị t bò.
e) Kết hợp tốt và đun sôi chất lỏng.
f) Đun nhỏ lửa không đậy nắp trong 35 phút.
g) Kiểm tra độ dày mong muốn và thêm chất lỏng nếu cần.
h) Phục vụ mì trứng.

Mỳ Ý RAU

51.mì nuóng kèm rau bi-na

Kích thước khẩu phần: 8

Thành phần

- 1 muỗng canh dầu ô liu
- 10 oz. rau bina đông lạnh xắt nhỏ
- 1 củ hành tây nhỏ, xắt nhỏ
- 1 chén nấm thái lát
- $\frac{1}{4}$ chén phô mai parmesan nạo
- 3 tép tỏi băm nhỏ
- $\frac{3}{4}$ muỗng cà phê gia vị Ý
- 12 oz. phô mai mozzarella cắt nhỏ
- 4 chén nước sốt marinara
- 2 chén phô mai ricotta
- 2 quả trứng đánh tan
- Muối và hạt tiêu cho vừa ăn
- 10 oz. mì lasagna nấu chín

Hướng

a) Làm nóng lò ở 350 độ.
b) Đun nóng dầu ô liu trong một cái nồi lớn.
c) Xào rau bina, hành tây, nấm, tỏi và gia vị Ý trong 5 phút.
d) Che với nước sốt marinara và đun nhỏ lửa trong 30 phút.
e) Trộn phô mai ricotta, phô mai mozzarella, phô mai parmesan và trứng vào tô.
f) Nêm với muối và hạt tiêu.
g) Đổ 1 chén nước sốt vào đáy chảo lasagna.
h) Trên cùng với 4 mì, một nửa phô mai còn lại và một nửa nước sốt.
i) Lặp lại lớp và kết thúc với nước sốt.
j) Đậy chảo bằng nhôm và nướng trong 55 phút.
k) Lấy nhôm ra và nấu thêm 15 phút nữa.

52.Provolone Ziti nướng

Nguyên liệu

- 1 muỗng canh dầu ô liu
- 1 củ hành vừa, xắt nhỏ
- 3 tép tỏi, băm nhỏ
- 2 lon (28 ounce mỗi lon) cà chua nghiền của Ý
- 1-1/2 cốc nước
- 1/2 chén rượu vang đỏ khô hoặc nước dùng giảm natri
- 1 muỗng canh đường
- 1 muỗng cà phê húng quế khô
- 1 gói (16 ounces) ziti hoặc mì ống nhỏ
- 8 lát phô mai provolone

Hướng

a) Làm nóng lò nướng ở nhiệt độ 350°. Trong một 6-qt. stockpot, đun nóng dầu trên lửa vừa và cao. Thêm hành tây; nấu và khuấy 2-3 phút hoặc cho đến khi mềm. Thêm tỏi; nấu thêm 1 phút nữa. Khuấy cà chua, nước, rượu, đường và húng quế. Đun sôi; loại bỏ nhiệt. Khuấy ziti chưa nấu chín.

b) Chuyển sang 13x9-in. món nướng được phủ bằng bình xịt nấu ăn. Nướng, đậy nắp, 1 giờ. Phủ phô mai lên trên. Nướng, không đậy nắp, lâu hơn 5-10 phút hoặc cho đến khi ziti mềm và phô mai tan chảy.

53.Ratatouille lasagna

PHỤC VỤ 8-10

Thành phần

- bột trứng
- Dầu ôliu nguyên chất
- 3 tép tỏi, băm nhỏ
- 1 cốc (237 ml) rượu vang đỏ
- 2 (28-oz. [794-g]) lon nghiền nát
- cà chua
- 1 bó húng quế
- Muối kosher
- Hạt tiêu vừa mới nghiền
- Dầu ô liu
- 1 quả cà tím, bóc vỏ và thái hạt lựu nhỏ
- 1 quả bí xanh, thái hạt lựu nhỏ
- 1 quả bí mùa hè, thái hạt lựu nhỏ
- 2 quả cà chua, thái hạt lựu nhỏ
- 4 tép tỏi, thái lát
- 1 củ hành đỏ, thái lát mỏng
- Muối kosher

- Hạt tiêu vừa mới nghiền
- 3 cốc (390 g) phô mai mozzarella cắt nhỏ

Hướng

a) Làm nóng lò ở nhiệt độ 350°F (177°C) và đun sôi một nồi nước muối lớn.

b) Bụi hai chảo với bột semolina. Để làm mì ống, cán mỏng bột cho đến khi tấm bột dày khoảng 1/16 inch (1,6 mm).

c) Cắt các tờ giấy đã cuộn thành các đoạn 12 inch (30 cm) và đặt chúng lên khay đựng giấy cho đến khi bạn có khoảng 20 tờ giấy. Làm theo mẻ, thả các tấm vào nước sôi và nấu cho đến khi dẻo, khoảng 1 phút. Đặt trên khăn giấy và lau khô.

d) Để làm nước sốt, trong một cái nồi trên lửa vừa, thêm dầu ô liu nguyên chất, tỏi và xào trong khoảng một phút hoặc cho đến khi trong mờ. Thêm rượu vang đỏ và giảm một nửa. Sau đó thêm cà chua nghiền, húng quế và muối và hạt tiêu. Để nó sôi ở nhiệt độ thấp trong khoảng 30 phút.

e) Để làm nhân bánh, cho một ít dầu ô liu, cà tím, bí xanh, bí, cà chua, tỏi và hành tím vào một chảo lớn trên lửa lớn. Ướp với muối và hạt tiêu đen mới xay.

f) Để lắp ráp, đặt nước sốt vào đáy đĩa nướng 9 × 13 inch (22,9 × 33 cm). Đặt các tấm mì ống xuống, hơi chồng lên nhau, phủ lên đáy đĩa. Thêm ratatouille đều trên các tấm mì ống và rắc phô mai mozzarella lên trên. Thêm lớp mì ống tiếp theo theo các hướng ngược lại và lặp lại các lớp này cho đến khi bạn đạt đến lớp trên cùng hoặc đã sử dụng hết phần nhân. Múc đều một ít nước sốt lên tấm trên cùng và rắc thêm một ít phô mai mozzarella.

g) Đặt lasagna vào lò nướng và nấu trong khoảng 45 phút đến 1 giờ. Để nguội trong khoảng 10 phút trước khi cắt và phục vụ.

54.cannelloni cà tím

PHỤC VỤ 6-8

Thành phần

- bột trứng
- Dầu ô liu
- 3 tép tỏi, băm nhỏ
- 1 cốc (237 ml) rượu vang đỏ
- 2 (28-oz. [794-g]) lon cà chua nghiền
- 1 bó húng quế
- Muối kosher
- Hạt tiêu vừa mới nghiền
- Dầu ô liu
- 1 quả cà tím, bóc vỏ và thái hạt lựu nhỏ
- 4 tép tỏi, thái lát
- 3 nhánh hương thảo, xắt nhỏ
- 4 cốc (908 g) phô mai ricotta
- 1 cốc (130 g) phô mai mozzarella cắt nhỏ
- Muối kosher
- Hạt tiêu vừa mới nghiền

Hướng

a) Làm nóng lò ở nhiệt độ 350°F (177°C) và đun sôi một nồi nước muối lớn.

b) Bụi hai chảo với bột semolina. Để làm mì ống, cán mỏng bột cho đến khi tấm bột dày khoảng 1/16 inch (1,6 mm).

c) Cắt các tờ giấy đã cuộn thành các đoạn 6 inch (15 cm) và đặt chúng lên khay đựng giấy cho đến khi bạn có khoảng 20 tờ giấy. Làm theo mẻ, thả các tấm vào nước sôi và nấu cho đến khi dẻo, khoảng 1 phút. Đặt trên khăn giấy và lau khô.

d) Để làm nhân bánh, cho một ít dầu ô liu, cà tím, tỏi và lá hương thảo vào một chảo lớn trên lửa lớn và nấu cho đến khi mềm, khoảng 4 đến 5 phút. Để nguội và trộn vào tô với ricotta và mozzarella. Ướp với muối và hạt tiêu đen mới xay.

e) Để lắp ráp, đặt nước sốt vào đáy đĩa nướng 9 × 13 inch (22,9 × 33 cm). Với tấm mì ống theo chiều dọc, đặt khoảng 3 muỗng canh (45 g) nhân xuống mép gần bạn nhất. Cẩn thận cuộn mì ra xa bạn, bao lấy phần nhân. Đặt cannelloni đã nhồi thành một lớp trong đĩa nướng. Cho thêm một ít nước sốt lên trên cannelloni và rắc phô mai mozzarella cắt nhỏ.

f) Đặt cannelloni vào lò nướng và nấu trong khoảng 45 phút.

55. Atisô cải bó xôi sốt mì ống

Khẩu phần: 8

Thành phần

- 1/2 (13,5 ounce) lon rau bina xắt nhỏ
- 1 lọ (16 ounce) nước sốt alfredo
- 1 (14-ounce) lon atisô, để ráo nước và cắt nhỏ
- 1/2 chén phô mai mozzarella bào nhỏ
- 1/3 chén phô mai Parmesan bào nhỏ
- 1/4 (8-ounce) gói phô mai kem, làm mềm
- 2 tép tỏi, băm nhỏ
- 1 cà chua Roma, thái hạt lựu
- 1/2 cốc nước

Hướng

a) Xúc xắc rau bina trong bộ xử lý thực phẩm.
b) Cho cải bó xôi, sốt Alfredo, tim atisô, phô mai mozzarella, phô mai Parmesan, phô mai kem, tỏi và cà chua vào nồi.

56.Cà tím mezzaluna và cà chua confit

PHỤC VỤ 4-6

Thành phần

- Dầu ô liu
- 2 quả cà tím, bóc vỏ và thái hạt lựu
- 3 tép tỏi, băm nhỏ
- 1 củ hành tây, thái hạt lựu
- Muối kosher
- Hạt tiêu vừa mới nghiền
- ¼ cốc (45 g) Parmigiano-Reggiano
- 1 cốc (130 g) phô mai mozzarella nạo
- 4 quả cà chua mận
- Dầu ô liu
- 3 nhánh hương thảo
- 3 nhánh húng tây
- 1 tép tỏi, thái lát mỏng
- ½ muỗng cà phê đường
- Muối kosher
- Hạt tiêu vừa mới nghiền
- Ravioli bột
- 2 cốc (50 g) húng quế

- ½ cốc (90 g) Parmigiano-Reggiano bào
- 2 tép tỏi
- ¼ cốc (32 g) hạt pignoli
- Muối kosher
- Hạt tiêu vừa mới nghiền
- ⅔cốc (160 ml) dầu ô liu

Huớng

a) Làm nóng lò ở nhiệt độ 325°F (163°C).

b) Trong một chảo xào lớn, trên lửa vừa và cao, thêm một ít dầu ô liu, cà tím, tỏi, hành tây, muối và hạt tiêu đen mới xay. Nấu cho đến khi cà tím mềm, khoảng 8 phút. Tắt bếp và để nguội. Trộn cà tím nấu chín, Parmigiano-Reggiano và phô mai mozzarella trong một cái bát.

c) Để làm món cà chua, hãy cắt đôi quả cà chua theo chiều dọc và múc bỏ hạt. Trên một cái chảo, rưới một ít dầu ô liu và đặt cà chua đã cắt xuống cùng với hương thảo, húng tây và tỏi. Nêm đường, muối và hạt tiêu đen mới xay. Nướng cho đến khi chúng co lại và có màu đỏ sẫm, khoảng 45 phút.

d) Bụi hai chảo với bột semolina. Để làm mì ống, hãy cán mỏng bột cho đến khi tấm bột chỉ trong mờ.

e) Cắt các tấm đã cuộn thành các đoạn 12 inch (30 cm) và bọc phần còn lại bằng màng bọc thực phẩm. Đặt các tấm giấy lên bề mặt làm việc khô ráo và sử dụng dao cắt tròn 3 inch (7,5 cm) để cắt các hình tròn trên tấm giấy.

f) Dùng thìa hoặc túi bắt kem, cho nhân vào giữa hình tròn mì ống, chừa lại khoảng $\frac{1}{4}$ inch (6 mm) xung quanh các cạnh. Để đóng dấu, hãy gấp hình tròn lại để tạo hình bán nguyệt và dùng nĩa ấn dọc theo các cạnh để đóng dấu.

g) Sử dụng một vòi nước để giúp niêm phong nó nếu cần thiết. Cẩn thận đặt mezzaluna lên các tấm phủ bột báng, đặt cách nhau.

h) Để làm sốt pesto, trong máy xay thực phẩm, thêm húng quế, Parmigiano-Reggiano bào, tỏi, hạt pignoli, muối kosher và tiêu đen mới xay. Từ từ đổ dầu ô liu vào và chế biến cho đến khi nhuyễn.

i) Đun sôi một nồi nước muối lớn. Cẩn thận thả mì ống vào nước sôi và nấu cho đến khi mềm, khoảng 2 đến 3 phút.

j) Trong chảo xào trên lửa nhỏ, thêm một giọt dầu ô liu và cà chua hầm. Cho mì ống vào chảo và lắc nhẹ chảo để trộn với cà chua.

57.Pasta cà chua-parmesan trưởng thành

PHỤC VỤ: 2

Thành phần

- 3 muỗng canh dầu ô liu siêu nguyên chất
- 1 tép tỏi, đập dập
- 2 muỗng cà phê hương thảo tươi xắt nhỏ
- mảnh ớt đỏ nghiền
- 3 muỗng canh tương cà chua
- ¾ chén anelli, ditalini, hoặc mì ống ngắn, hình ống khác
- Muối Kosher và hạt tiêu mới xay
- ⅓chén phô mai Parmesan bào
- Lá húng quế tươi, để trang trí

Huóng

a) Trong một cái chảo vừa, kết hợp dầu ô liu và tỏi trên lửa vừa và thấp. Nấu, thỉ nh thoảng khuấy, cho đến khi tỏi có mùi thom, khoảng 2 phút. Thêm lá hương thảo và một nhúm hạt tiêu đỏ và nấu cho đến khi nuóng và có mùi thom, khoảng 1 phút nữa.

b) Hãy lấy cái chảo ra khỏi lửa nóng. Khuấy bột cà chua, sau đó thêm 2 ½ cốc nước. Cho chảo trở lại nhiệt độ cao và đun sôi. Thêm mì ống và mùa hào phóng với muối. Nấu, khuấy thường xuyên, cho đến khi mì ống mềm, khoảng 12 phút.

c) Lấy chảo ra khỏi bếp một lần nữa và khuấy trong Parmesan. Hương vị và thêm nhiều muối và hạt tiêu khi cần thiết.

d) Chia mì ống giữa hai bát và rắc húng quế tươi lên trên. Phục vụ ngay lập tức. Lưu trữ bất kỳ thúc ăn thừa nào còn sót lại trong tủ lạnh trong hộp kín tối đa 3 ngày.

58.Bí ngô và xô thơm lasagna với fontina

PHỤC VỤ: 8 ĐẾN 10

Thành phần

- 2 muỗng cà phê dầu ô liu nguyên chất, cộng với nhiều hơn để bôi trơn
- 1 (14-ounce) lon bí ngô xay nhuyễn
- 2 cốc sữa nguyên chất
- 2 muỗng cà phê oregano khô
- 2 muỗng cà phê húng quế khô
- ¼ muỗng cà phê hạt nhục đậu khấu mới xay
- ¼ muỗng cà phê hạt tiêu đỏ nghiền
- Muối Kosher và hạt tiêu mới xay
- 16 ounce phô mai ricotta sữa nguyên chất
- 2 tép tỏi, nạo
- 1 muỗng canh lá xô thơm tươi xắt nhỏ, cộng với 8 lá nguyên
- 2 muỗng canh mùi tây tươi xắt nhỏ
- 1 (12-ounce) hộp mì lasagna không luộc
- 1 lọ (12 ounce) ớt đỏ rang, để ráo nước và thái nhỏ
- 3 chén phô mai fontina cắt nhỏ
- 1 chén phô mai Parmesan bào

- 12 đến 16 miếng pepperoni thái lát mỏng (tùy chọn)

Hướng

a) Làm nóng lò ở nhiệt độ 375°F. Mỡ một đĩa nướng 9 × 13 inch.

b) Trong một bát vừa, trộn đều bí ngô, sữa, lá oregano, húng quế, hạt nhục đậu khấu, ớt đỏ và một nhúm muối và hạt tiêu. Trong một bát vừa riêng biệt, kết hợp ricotta, tỏi, cây xô thơm xắt nhỏ và rau mùi tây và nêm muối và hạt tiêu.

c) Rải một phần tư nước sốt bí ngô (khoảng 1 cốc) vào đáy đĩa nướng đã chuẩn bị . Thêm 3 hoặc 4 tờ lasagna, bẻ chúng ra cho vừa. Không sao nếu các tấm không che phủ hoàn toàn nước sốt. Xếp một nửa hỗn hợp ricotta, một nửa ớt đỏ, sau đó là 1 cốc fontina. Thêm một phần tư nước sốt bí đỏ và đặt 3 hoặc 4 sợi mì lasagna lên trên. Lớp trên hỗn hợp ricotta còn lại, ớt đỏ còn lại, 1 chén fontina, và sau đó là một phần tư nước sốt bí ngô. Thêm mì lasagna còn lại và nước sốt bí ngô còn lại. Rắc 1 cốc fontina còn lại lên trên, sau đó là phô mai Parmesan. Top với pepperoni (nếu sử dụng)

d) Trong một cái bát nhỏ, cho toàn bộ lá xô thơm vào 2 thìa cà phê dầu ô liu. Sắp xếp trên lasagna.

e) Bọc lasagna bằng giấy bạc và nướng trong 45 phút. Tăng nhiệt lên 425°F, bỏ giấy bạc ra và nướng cho đến khi phô mai sủi bọt, thêm khoảng 10 phút nữa. Để lasagna đứng trong 10 phút. Phục vụ. Lưu trữ bất kỳ thức ăn thừa nào còn sót lại trong tủ lạnh trong hộp kín tối đa 3 ngày.

59.Minty Feta và Orzo Salad

PHỤC VỤsố 8

Thành phần

- 1 1/4 C. mì ống orzo
- 1 củ hành đỏ nhỏ, thái hạt lựu
- 6 muỗng canh dầu ô liu, chia
- 1/2 C. lá bạc hà tươi thái nhỏ
- 3/4 C. đậu lăng nâu khô, rửa sạch
- 1/2 C. thì là tươi xắt nhỏ
- Muối và hạt tiêu cho vừa ăn
- 1/3 C. giấm rượu vang đỏ
- 3 tép tỏi, băm nhỏ
- 1/2 quả ô liu C. Kalamata, bỏ hạt và cắt nhỏ
- 1 1/2 C. phô mai feta vụn

Huóng

a) Nấu mì ống theo hướng dẫn trên bao bì.

b) Đun sôi một nồi nước muối lớn. Nấu đậu lăng trong đó cho đến khi nó bắt đầu sôi.

c) Giảm nhiệt và đặt nó trên nắp. Nấu đậu lăng trong 22 phút. Loại bỏ chúng khỏi nước.

d) Lấy một bát trộn nhỏ: Trộn dầu ô liu, giấm và tỏi vào đó. Đánh đều chúng để làm nước sốt.

e) Lấy một bát trộn lớn: Cho đậu lăng, nước xốt, ô liu, pho mát feta, hành tím, bạc hà và thì là vào đó cùng với muối và hạt tiêu.

f) Bọc bát salad bằng màng bọc thực phẩm và cho vào tủ lạnh trong 2 giờ 30 phút. Điều chỉ nh gia vị của món salad sau đó phục vụ nó.

60.Pasta chanh tươi

PHỤC VỤsố 8

Thành phần

- 1 (16 oz.) gói mì ống rotini ba màu
- 1 nhúm muối và tiêu đen xay
- 2 quả cà chua, bỏ hạt và thái hạt lựu
- nếm
- 2 quả dưa chuột - gọt vỏ, bỏ hạt và
- 1 quả bơ, thái hạt lựu
- thái hạt lựu
- 1 vắt nước cốt chanh
- 1 (4 oz.) Có thể cắt lát ô liu đen
- 1/2 C. Sốt Ý, hoặc nhiều hơn tùy sở thích
- 1/2 C. phô mai Parmesan bào nhỏ

Hướng

a) Nấu mì ống theo hướng dẫn trên bao bì.

b) Lấy một bát trộn lớn: Cho mì ống, cà chua, dưa chuột, ô liu, sốt Ý, phô mai Parmesan, muối và hạt tiêu vào đó. Khuấy đều chúng.

c) Đặt mì ống trong tủ lạnh trong 1 giờ 15 phút.

d) Lấy một bát trộn nhỏ: Khuấy nước cốt chanh với bơ vào đó. Quăng bơ với salad mì ống sau đó phục vụ nó.

e) Thưởng thức.

61.Tortellini Jarred salad

PHỤC VỤ2

Thành phần

- 1 (9 oz.) gói rau bina và phô mai
- 1 lọ tortellini đóng hộp
- muối và tiêu đen xay để nếm
- 1 (4 oz.) hũ sốt xì dầu
- 1/4 C. dưa chuột Anh cắt đôi, bỏ hạt và thái lát
- 1/4 C. cà chua bi cắt đôi
- 1/4 C. củ hành đỏ cỡ que diêm
- 1/2 C. dao phay băm nhỏ

Hướng

a) Nấu mì ống theo hướng dẫn trên bao bì.

b) Trải sốt pesto vào lọ, sau đó cho dưa chuột, cà chua, hành tây, tortellini và mache lên trên. Nêm chúng với một ít muối và hạt tiêu.

c) Phục vụ món salad của bạn ngay lập tức hoặc để trong tủ lạnh cho đến khi bạn sẵn sàng phục vụ.

62.Salad mì ống Romano Linguine

PHỤC VỤ6

Thành phần

- 1 (8 oz.) gói mì ống
- 1/2 muỗng cà phê hạt tiêu đỏ
- 1 (12 oz.) túi bông cải xanh, cắt thành miếng vừa ăn
- 1/4 muỗng cà phê tiêu đen xay
- muối để hương vị
- 1/4 C. dầu ô liu
- 4 muỗng cà phê tỏi băm
- 1/2 C. phô mai Romano bào nhỏ
- 2 muỗng canh rau mùi tây phẳng tươi thái nhỏ

Hướng

a) Nấu mì ống theo hướng dẫn trên bao bì.

b) Mang bình nước đi đun. Đặt một nồi hấp lên trên. Hấp bông cải xanh trong đó với nắp đậy trong 6 phút

c) Đặt một cái chảo trên lửa vừa. Đun nóng dầu trong đó. Xào tỏi với hạt tiêu trong 2 phút.

d) Lấy một bát trộn lớn: Cho hỗn hợp tỏi xào với mì ống, bông cải xanh, phô mai Romano, rau mùi tây, hạt tiêu đen và muối vào đó. Trộn đều chúng.

e) Điều chỉ nh gia vị của món salad. Phục vụ nó ngay lập tức.

f) Thưởng thức.

63.Rau húng Rigatoni thuần chay

PHỤC VỤ6

THÀNH PHẦN

- 1 1/2 (8 oz.) gói mì ống rigatoni
- 6 lá húng quế tươi, thái lát mỏng
- 2 muỗng canh dầu ô liu
- 6 nhánh rau mùi tươi, băm nhỏ
- 2 tép tỏi, băm nhỏ
- 1/4 C. dầu ô liu
- 1/2 (16 oz.) gói đậu phụ, để ráo nước và cắt khối
- 1/2 muỗng cà phê húng tây khô
- 1 1/2 muỗng cà phê nước tương
- 1 củ hành tây nhỏ, thái lát mỏng
- 1 quả cà chua lớn, hình khối
- 1 củ cà rốt, thái nhỏ

Huớng

a) Nấu mì ống theo hướng dẫn trên bao bì.

b) Đặt một cái chảo lớn trên lửa vừa. Đun nóng 2 muỗng canh dầu ô liu trong đó. Thêm tỏi và nấu trong 1 phút 30 giây.

c) Khuấy cỏ xạ hương với đậu phụ. Nấu chúng trong 9 phút. Khuấy nước tương và tắt lửa.

d) Lấy một bát trộn lớn: Cho vào đó Rigatoni, hỗn hợp đậu phụ, hành tây, cà chua, cà rốt, húng quế và ngò. Rưới dầu ô liu lên món salad mì ống rồi dọn ra đĩa.

64.BLT Pasta Salad

Kích thước khẩu phần: 6

Thành phần

- 2 chén mì ống khuỷu tay
- 1 $\frac{1}{4}$ chén sốt mayonnaise
- 2 muỗng canh giấm balsamic
- 1 chén cà chua bi cắt đôi
- $\frac{1}{4}$ chén ớt chuông đỏ xắt nhỏ
- 3 muỗng canh hành lá xắt nhỏ
- $\frac{1}{2}$ chén phô mai Cheddar bào nhỏ
- Muối và hạt tiêu cho vừa ăn
- $\frac{1}{2}$ muỗng cà phê thì là
- 10 lát thị t xông khói
- 8 oz. xà lách romaine xắt nhỏ

Huớng

a) Nấu mì ống trong nồi nước muối trong 10 phút. Xả và chuyển sang một bát salad.
b) Thêm sốt mayonnaise, giấm balsamic, cà chua, ớt chuông, hành lá, phô mai, muối, hạt tiêu và thì là vào mì ống và khuấy đều để kết hợp.
c) Làm lạnh trong 3 giờ.
d) Chiên thị t xông khói trong 10 phút, cho đến khi giòn.
e) Xả thị t xông khói và để nguội, sau đó nghiền nát thị t xông khói.
f) Lên trên món salad với thị t xông khói vụn.
g) Phục vụ trên rau diếp romaine.

65.mì Kugel

Kích thước khẩu phần: 10

Thành phần

- 16 oz. mì trứng
- $\frac{3}{4}$ chén bơ
- 5 quả trứng đánh tan
- $\frac{3}{4}$ chén đường
- 1 $\frac{1}{2}$ cốc nước sốt táo
- $\frac{1}{2}$ cốc nho khô
- $\frac{1}{2}$ chén hồ đào xắt nhỏ
- 1 muỗng cà phê chiết xuất vani
- 1 muỗng canh quế

Hướng

a) Làm nóng lò ở 350 độ.
b) Chuẩn bị mì ống trong nồi nước muối sôi trong 5 phút. Làm khô hạn.
c) Chuyển mì trứng vào một bát salad lớn.
d) Khuấy bơ vào mì ấm/nóng cho đến khi bơ tan chảy.
e) Thêm các thành phần còn lại và kết hợp kỹ lưỡng.
f) Đặt hỗn hợp vào đĩa nướng 9x13 inch.
g) Bọc bằng giấy nhôm.
h) Nướng trong 30 phút.
i) Lấy giấy bạc ra và nướng thêm 15 phút nữa.

66.Tortellini Pesto Salad

Kích thước khẩu phần: 6

Thành phần

9 oz. tortellini phô mai
$\frac{3}{4}$ chén trái tim atisô ướp xắt nhỏ
$\frac{1}{2}$ chén ớt đỏ rang xắt nhỏ
$\frac{1}{4}$ chén ô liu Kalamata thái lát
$\frac{1}{4}$ chén cà chua bi cắt đôi
3 tép tỏi băm nhỏ
$\frac{1}{2}$ chén sốt mayonaise
$\frac{1}{4}$ chén húng quế đã chuẩn bị sẵn
2 muỗng canh phô mai Parmesan nạo
2 muỗng canh dầu ô liu
2 muỗng canh giấm trắng

Hướng

a) Nấu tortellini trong nồi nước muối sôi trong 5 phút.
b) Để ráo nước và đặt sang một bên để làm mát.
c) Kết hợp tortellini, tim atisô đã ướp, ớt đỏ nướng, ô liu Kalamata, cà chua bi cắt đôi và tỏi trong một bát lớn.
d) Trong một bát khác, kết hợp sốt mayonnaise, sốt pesto, phô mai parmesan, dầu ô liu và giấm.
e) Cho nước sốt lên trên món salad tortellini và phủ lên trên.
f) Làm lạnh trong 1 giờ.

67.Salad mì hoa giấy

Kích thước khẩu phần: 6

Thành phần

- 2 chén mì ống rotini nhiều màu chua nấu chín
- ¾ chén sốt mayonaise
- ½ gói nước sốt Ý khô
- 1 Muỗng canh dấm táo
- Muối và hạt tiêu cho vừa ăn
- 2 tép tỏi băm nhỏ
- 1 chén cà chua xắt nhỏ
- 1 quả dưa chuột gọt vỏ và thái lát
- ½ quả ớt chuông đỏ xắt nhỏ
- ½ quả ớt chuông xanh xắt nhỏ
- ½ chén ô liu đen thái lát
- ¼ chén phô mai mozzarella cắt khối

Hướng

a) Nấu mì ống trong nồi nước sôi có muối trong 10 phút. Làm khô hạn.

b) Kết hợp sốt mayonnaise, nước sốt xà lách khô của Ý, giấm, muối, hạt tiêu và tỏi trong một bát nhỏ.

c) Sử dụng một bát salad lớn, thêm mì ống nấu chín và các thành phần còn lại và trộn với nước sốt.

d) Làm lạnh trong 1 giờ.

68.Salad mì ống Caprese

Khẩu phần: 8

Thành phần:

- 2 chén mì ống nấu chín
- 1 chén sốt xì dầu
- 2 quả cà chua xắt nhỏ
- 1 chén phô mai mozzarella thái hạt lựu
- Muối và hạt tiêu cho vừa ăn
- 1/8 muỗng cà phê oregano
- 2 muỗng cà phê giấm rượu vang đỏ

Hướng:

a) Nấu mì ống theo hướng dẫn trên bao bì, sẽ mất khoảng 12 phút. Làm khô hạn.

b) Trong một bát trộn lớn, trộn mì ống, sốt pesto, cà chua và pho mát; nêm muối, tiêu và oregano.

c) Rưới giấm rượu vang đỏ lên trên.

d) Đặt sang một bên trong 1 giờ trong tủ lạnh.

69.Mozzarella rán và spaghetti

Nguyên liệu

- 2 tép tỏi
- 1 bó mùi tây tươi
- 3 Salad hành tây; xắt lát mỏng
- 225 gram Thịt heo nạc băm
- 2 muỗng canh Parmesan tươi bào
- 1 muỗng canh dầu ô liu
- 150 gram Spaghetti hoặc tagliatelle
- cổ phiếu 100 ml
- 400 gram cà chua xắt nhỏ
- 1 nhúm Đường và 1 chút nước tương
- Muối và tiêu
- 1 quả trứng
- 1 muỗng canh dầu ô liu
- 75 ml sữa
- 50 gram' Bột mì
- 150 gram Mozzarella xông khói
- dầu hướng dương; để chiên
- 1 quả chanh

Huóng:

a) Nghiền tỏi và thái nhỏ rau mùi tây. Trộn đều thị t băm, salad hành tây, tỏi, Parmesan, rau mùi tây và nhiều muối và hạt tiêu.

b) Đị nh hình thành tám quả bóng chắc chắn.

c) Nấu thị t viên cho đến khi chín vàng. Đổ vào kho.

d) Nấu mì ống trong một chảo nước muối sôi lớn.

70.Bucatini ngô kem một nồi

MÁY CHỦ 6

Thành phần

- 4 muỗng canh bơ mặn
- 4 bắp ngô vàng, tách lấy hạt từ lõi ngô
- 2 tép tỏi, băm nhỏ hoặc bào
- 2 muỗng canh lá húng tây tươi
- 1 ớt jalapeño hoặc ớt Fresno đỏ, bỏ hạt và thái lát mỏng
- 2 củ hành xanh, xắt nhỏ
- Muối Kosher và hạt tiêu mới xay
- 1 (hộp 1 pound) bucatini
- $\frac{1}{2}$ chén phô mai Parmesan nạo
- 2 muỗng canh kem tươi
- $\frac{1}{4}$ chén lá húng quế tươi, xé nhỏ

Hướng

a) Đun chảy bơ trong lò lớn của Hà Lan trên lửa vừa. Thêm ngô, tỏi, cỏ xạ hương, ớt jalapeño, hành lá và một nhúm muối và hạt tiêu. Nấu, thỉ nh thoảng khuấy, cho đến khi ngô vàng và có màu caramen ở các cạnh, khoảng 5 phút.

b) Thêm $4\frac{1}{2}$ cốc nước, tăng nhiệt lên cao và đun sôi. Thêm mì ống và mùa với muối. Nấu, khuấy thường xuyên, cho đến khi hầu hết chất lỏng được hấp thụ và mì ống mềm, khoảng 10 phút.

c) Bắc nồi ra khỏi bếp và cho Parmesan, crème fraîche và húng quế vào khuấy đều. Nếu cảm thấy nước sốt quá đặc, hãy thêm một chút nước để làm loãng nước sốt. Phục vụ ngay lập tức.

71.Rau bina và mac-and-pho mát atisô

PHỤC VỤ: 6 ĐẾN 8

Thành phần

- 6 muỗng canh bơ mặn, ở nhiệt độ phòng, cộng thêm bơ
- 1 (1 pound) hộp mì ống cắt ngắn, chẳng hạn như mì ống
- 2 cốc sữa nguyên chất
- 1 (8-ounce) gói pho mát kem, hình khối
- 3 chén phô mai cheddar bào nhỏ
- Muối Kosher và hạt tiêu mới xay
- ớt cayenne xay
- 2 chén rau bina tươi đóng gói, xắt nhỏ
- 1 (8-ounce) lọ atisô ướp, để ráo nước và thái nhỏ
- 1½ cốc bánh quy giòn Ritz (khoảng 1 cái)
- ¾ muỗng cà phê bột tỏi

Huớng

a) Làm nóng lò ở nhiệt độ 375°F. Mỡ một đĩa nuớng 9 × 13 inch.

b) Trong một cái chảo lớn, đun sôi 4 cốc nuớc muối trên lửa lớn. Thêm mì ống và nấu, thỉ nh thoảng khuấy, trong 8 phút. Khuấy sũa và pho mát kem và nấu cho đến khi pho mát kem tan chảy và mì ống mềm, thêm khoảng 5 phút nũa.

c) Lấy chảo ra khỏi bếp và cho 2 cốc phô mai cheddar và 3 thìa bơ vào khuấy đều. Nêm muối, hạt tiêu và ớt cayenne. Khuấy rau bina và atisô. Nếu cảm thấy nuớc sốt quá đặc, hãy thêm $\frac{1}{4}$ cốc sũa hoặc nuớc để làm loãng nuớc sốt.

d) Chuyển hỗn hợp vào món nuớng đã chuẩn bị . Top với 1 chén cheddar còn lại.

e) Trong một bát vừa, khuấy đều bánh quy giòn, 3 thìa bơ còn lại và bột tỏi. Rắc vụn đều lên mac và pho mát.

f) Nuớng cho đến khi nuớc sốt sủi bọt và vụn bánh có màu vàng, khoảng 20 phút. Để nguội trong 5 phút và phục vụ. Luu trữ bất kỳ thức ăn thừa nào còn sót lại trong tủ lạnh trong hộp kín tối đa 3 ngày.

72. Vỏ cải bó xôi nhồi bông

Thành phần

- 1 gói (12 ounce) vỏ mì ống jumbo
- 1 lọ (24 ounces) ớt đỏ nướng và nước sốt mì ống tỏi
- 2 gói phô mai kem (8 ounces mỗi gói), làm mềm
- 1 chén sốt Alfredo tỏi nướng
- muối
- hạt tiêu
- Mảnh ớt đỏ nghiền nát, tùy chọn
- 2 chén hỗn hợp phô mai Ý cắt nhỏ
- 1/2 chén phô mai Parmesan bào
- 1 gói (10 ounces) rau bina xắt nhỏ đông lạnh, rã đông và vắt khô
- 1/2 chén tim atisô ngâm nước thái nhỏ
- 1/4 chén ớt đỏ ngọt rang thái nhỏ
- Phô mai Parmesan bổ sung, tùy chọn

Hướng

a) Làm nóng lò nướng ở nhiệt độ 350°. Nấu vỏ mì ống theo hướng dẫn trên bao bì cho món ăn ngon. Làm khô hạn.

b) Phết 1 chén nước sốt vào khuôn 13x9-in đã bôi mỡ. món nướng. Trong một bát lớn, đánh kem phô mai, sốt Alfredo và gia vị cho đến khi hòa quyện. Khuấy pho mát và rau. Thìa vào vỏ. Sắp xếp trong món nướng đã chuẩn bị .

c) Đổ nước sốt còn lại lên trên. Nướng, đậy nắp, 20 phút. Nếu muốn, rắc thêm phô mai Parmesan. Nướng, không đậy nắp, lâu hơn 10-15 phút hoặc cho đến khi phô mai tan chảy.

73. Butternut và Chard Pasta nướng

Nguyên liệu

- 3 chén mì ống thắt nơ chưa nấu chín
- 2 chén phô mai ricotta không béo
- 4 quả trứng lớn
- 3 chén bí đỏ cắt khối đông lạnh, rã đông và chia
- 1 muỗng cà phê cỏ xạ hương khô
- 1/2 muỗng cà phê muối, chia
- 1/4 muỗng cà phê hạt nhục đậu khấu
- 1 chén hẹ xắt nhỏ
- 1-1/2 chén củ cải Thụy Sĩ xắt nhỏ, bỏ cuống
- 2 muỗng canh dầu ô liu
- 1-1/2 chén vụn bánh mì panko
- 1/3 chén mùi tây tươi xắt nhỏ
- 1/4 muỗng cà phê bột tỏi

Hướng

a) Làm nóng lò nướng ở nhiệt độ 375°. Nấu mì ống theo hướng dẫn trên bao bì cho al dente; làm khô hạn. Trong khi đó, cho ricotta, trứng, 1-1/2 chén bí, cỏ xạ hương, 1/4 muỗng cà phê muối và hạt nhục đậu khấu vào máy xay thực phẩm; xử lý cho đến khi mị n. Đổ vào một bát lớn.

b) Khuấy mì ống, hẹ tây, củ cải Thụy Sĩ và bí còn lại. Chuyển sang 13x9-in được bôi trơn. món nướng.

c) Trong một cái chảo lớn, đun nóng dầu trên lửa vừa và cao. Thêm vụn bánh mì; nấu và khuấy cho đến khi vàng nâu, 2-3 phút. Khuấy mùi tây, bột tỏi và 1/4 muỗng cà phê muối còn lại. Rắc lên hỗn hợp mì ống.

d) Nướng, không đậy nắp, cho đến khi đông lại và mặt trên có màu vàng nâu, 30-35 phút.

mì ống xúc xích

74. Tây Nam Lasagna

Kích thước khẩu phần: 6

Thành phần

- 2 muỗng canh dầu ô liu
- 1 củ hành tây xắt nhỏ
- 1 $\frac{1}{2}$ chén phô mai Cheddar bào nhỏ
- 1 muỗng canh ớt jalapeno xắt nhỏ
- 4 tép tỏi băm nhỏ
- 3 chén thị t xúc xích nóng
- $\frac{1}{2}$ chén sốt picante
- 1 muỗng cà phê gia vị Ý hoặc hương vị
- 4 chén nước sốt cà chua
- 2 chén phô mai Pepper Jack cắt nhỏ
- 15 cái bánh ngô

Hướng

a) Làm nóng lò nướng của bạn ở 350 độ F.
b) Đun nóng dầu ô liu trong một cái chảo lớn.
c) Xào tỏi, ớt jalapeno và hành tây trong 5 phút.
d) Thêm thị t xúc xích và nêm gia vị Ý.
e) Khuấy sốt cà chua và sốt picante.
f) Kết hợp tất cả các thành phần tốt.
g) Đậy nắp chảo và đun nhỏ lửa trong 15 phút.
h) Xị t chống dính lên đĩa nướng 9x13.
i) Xếp đĩa nướng với 1 bánh tortilla, một lớp xúc xích và nước sốt, và một lớp phô mai jack tiêu.
j) Tạo thêm 2 layer nữa.
k) Trên cùng lớp thứ ba với pho mát cheddar.
l) Nướng trong 45 phút.

75. Thịt hầm Romano Rigatoni

PHỤC VỤ6

Thành phần

- xúc xích xay 1 lb
- 1/4 C. Phô mai Romano, nạo
- 1 (28 oz.) lon sốt cà chua kiểu Ý
- rau mùi tây xắt nhỏ, để trang trí
- 1 (14 1/2 oz.) lon đậu cannellini, để ráo nước và rửa sạch
- 1 (16 oz.) HỘP mì ống rigatoni
- 1/2 muỗng cà phê tỏi băm
- 1 muỗng cà phê gia vị Ý
- 3 C. phô mai mozzarella cắt nhỏ

Huóng

a) Truóc khi bạn làm bất cứ điều gì, hãy đặt lò nuóng ở nhiệt độ 350 F. Bôi trơn một đĩa thị t hầm lón bằng một ít bơ hoặc dầu.

b) Đặt một nồi lón trên lủa vùa. Thêm tỏi vói xúc xích và nấu chúng trong 6 phút.

c) Thêm nuóc sốt cà chua, đậu và gia vị Ý sau đó nấu chúng trong 5 phút ở nhiệt độ thấp.

d) Nấu mì ống theo huóng dẫn của nhà sản xuất. Xả mì ống và ngồi vào nồi.

e) Đổ một nủa hỗn hợp mì ống xúc xích vào soong đã bôi mỡ, sau đó phủ một nủa phô mai mozzarella lên trên. Lặp lại quy trình để tạo một lóp khác.

f) Cho pho mát romano lên trên soong, sau đó đặt một miếng giấy bạc lên trên. Nấu thị t hầm rigatoni trong lò trong 26 phút.

g) Phục vụ món rigatoni của bạn khi còn ấm.

76. Salad Pepperoni Rotini phô mai

PHỤC VỤ số 8

Thành phần

- 1 (16 oz.) gói mì ống rotini ba màu
- 1 (8 oz.) gói phô mai mozzarella
- 1/4 lb xúc xích pepperoni thái lát
- 1 C. bông cải xanh tươi
- 1 (16 oz.) chai salad kiểu Ý
- 1 (6 oz.) lon ô liu đen, để ráo nước
- Cách ăn mặc

Hướng

a) Nấu mì ống theo hướng dẫn trên bao bì.

b) Lấy một bát trộn lớn: Cho mì ống, pepperoni, bông cải xanh, ô liu, pho mát và nước xốt vào đó.

c) Điều chỉnh gia vị của món salad và cho vào tủ lạnh trong 1 giờ 10 phút. Phục vụ nó.

77. Mì ống vui vẻ La Mã

PHỤC VỤ6

Thành phần

- 1 (12 oz.) gói mì ống thắt nơ
- 1 (28 oz.) lon cà chua mận kiểu Ý, để ráo nước
- 2 muỗng canh dầu ô liu
- 1 lb xúc xích Ý ngọt, vụn
- 1 1/2 C. kem nặng
- 1/2 muỗng cà phê muối
- 1/2 muỗng cà phê hạt tiêu đỏ
- 3 muỗng canh mùi tây tươi băm nhỏ
- 1/2 C. hành tây thái hạt lựu
- 3 tép tỏi, băm nhỏ

Hướng

a) Luộc mì ống của bạn trong nước và muối trong 9 phút sau đó loại bỏ chất lỏng.

b) Bắt đầu xào hạt tiêu và xúc xích trong dầu cho đến khi thịt chín vàng thì cho tỏi và hành tây vào.

c) Để hành tây nấu cho đến khi mềm rồi thêm muối, kem và cà chua.

d) Khuấy hỗn hợp sau đó đun sôi nhẹ mọi thứ.

e) Nấu hỗn hợp ở mức lửa nhỏ trong 9 phút rồi cho mì ống vào.

f) Khuấy hỗn hợp để mì chín đều, sau đó phủ mọi thứ bằng rau mùi tây.

78.Tortellini cổ điển

PHỤC VỤ số 8

Thành phần

- 1 lb. xúc xích Ý ngọt, bỏ vỏ
- 1/2 muỗng cà phê oregano khô
- 1 C. hành tây thái hạt lựu
- 1 (8 oz.) lon nước sốt cà chua
- 2 tép tỏi, băm nhỏ
- 1 1/2 C. bí ngòi thái lát
- nước dùng 5 C.
- 8 oz. mì ống tortellini tươi
- 1/2 C. nước
- 3 muỗng canh mùi tây tươi thái hạt lựu
- 1/2 C. rượu vang đỏ
- 4 quả cà chua lớn - gọt vỏ, bỏ hạt và thái hạt lựu
- 1 C. cà rốt thái lát mỏng
- 1/2 muỗng canh lá húng quế tươi đóng gói

Huóng

a) Trong một cái nồi lớn, hãy làm nâu xúc xích của bạn.

b) Sau đó lấy thị t ra khỏi chảo.

c) Bắt đầu xào tỏi và hành tây của bạn trong nước nhỏ giọt sau đó thêm vào: xúc xích, nước dùng, sốt cà chua, nước, lá oregano, rượu, húng quế, cà chua và cà rốt.

d) Đun sôi hỗn hợp, đặt nhiệt ở mức thấp và để mọi thứ nấu trong 35 phút.

e) Loại bỏ bất kỳ chất béo nào nổi lên trên cùng, sau đó thêm rau mùi tây và bí xanh.

f) Tiếp tục nấu hỗn hợp trong 20 phút nữa trước khi thêm mì ống và để mọi thứ nấu thêm 15 phút nữa.

79.Lasagna Tây Ban Nha

PHỤC VỤ12

Thành phần

- 4 C. cà chua bằm đóng hộp
- 1 hộp phô mai ricotta (32 oz.)
- 1 (7 oz.) lon ớt xanh thái hạt lựu
- 4 quả trứng, đánh nhẹ
- 1 (4 oz.) lon ớt jalapeno thái hạt lựu
- 1 (16 oz.) gói hỗn hợp bốn loại phô mai cắt nhỏ kiểu Mexico
- 1 củ hành tây, thái hạt lựu
- 3 tép tỏi, băm nhỏ
- 1 (8 oz.) gói mì lasagna không nấu
- 10 nhánh rau mùi tươi, xắt nhỏ
- 2 muỗng canh thì là
- 2 lạng. xúc xích chorizo

Huóng

a) Đun sôi những thứ sau trong 2 phút, sau đó đun nhỏ lửa trong 55 phút: rau mùi, cà chua, thì là, ớt xanh, tỏi, hành tây và ớt jalapenos.

b) Lấy một cái bát, trộn trứng đã đánh và ricotta.

c) Đặt lò nướng của bạn ở 350 độ trước khi tiếp tục.

d) Xào chorizos của bạn. Sau đó loại bỏ dầu thừa và nghiền nát thị t.

e) Trong đĩa nướng của bạn, phết một lớp nước sốt nhẹ sau đó xếp lớp: xúc xích, 1/2 lượng nước sốt, 1/2 pho mát bào sợi, mì lasagna, ricotta, thêm mì, tất cả nước sốt còn lại và thêm pho mát bào sợi.

f) Phủ một ít giấy bạc bằng bình xị t chống dính và phủ lên món lasagna. Nấu trong 30 phút đậy nắp và 15 phút không đậy nắp.

80.Ziti với xúc xích

Khẩu phần: 8

Thành phần:

- 1 lb xúc xích Ý vụn
- 1 chén nấm thái lát
- ½ chén cần tây thái hạt lựu
- 1 củ hành tây thái hạt lựu
- 3 tép tỏi băm nhỏ
- 42 oz. nước sốt spaghetti mua ở cửa hàng hoặc tự làm
- Muối và hạt tiêu cho vừa ăn
- ½ muỗng cà phê oregano
- ½ muỗng cà phê húng quế
- 1 lb mì ống ziti chưa nấu chín
- 1 chén phô mai mozzarella bào nhỏ
- ½ chén phô mai parmesan nạo
- 3 muỗng canh rau mùi tây xắt nhỏ

Hướng:

a) Trong một cái chảo, làm nâu xúc xích, nấm, hành tây và cần tây trong 5 phút.

b) Sau đó, thêm tỏi. Nấu thêm 3 phút nữa. Loại bỏ khỏi phương trình.

c) Thêm nước sốt spaghetti, muối, hạt tiêu, lá oregano và húng quế vào một cái chảo riêng.

d) Đun nước sốt trong 15 phút.

e) Chuẩn bị mì ống trong chảo theo hướng dẫn trên bao bì trong khi nấu nước sốt. Làm khô hạn.

f) Làm nóng lò ở nhiệt độ 350 độ F.

g) Trong một món nướng, đặt ziti, hỗn hợp xúc xích và phô mai mozzarella cắt nhỏ thành hai lớp.

h) Rắc rau mùi tây và phô mai parmesan lên trên.

i) Làm nóng lò ở 350 ° F và nướng trong 25 phút.

81. Lasagna nước sốt

Khẩu phần: 4

Thành phần:

- $1\frac{1}{2}$ lb. xúc xích Ý cay vụn
- 5 chén nước sốt spaghetti mua tại cửa hàng
- 1 chén nước sốt cà chua
- 1 muỗng cà phê gia vị Ý
- $\frac{1}{2}$ chén rượu vang đỏ
- 1 muỗng canh đường
- 1 muỗng canh dầu
- 5 nhánh tỏi băm
- 1 củ hành tây thái hạt lựu
- 1 chén phô mai mozzarella bào nhỏ
- 1 chén phô mai provolone cắt nhỏ
- 2 chén phô mai ricotta
- 1 chén phô mai
- 2 quả trứng lớn
- $\frac{1}{4}$ cốc sữa
- 9 mì lasagna mì - luộc
- $\frac{1}{4}$ chén phô mai parmesan nạo

Huóng:

a) Làm nóng lò ở nhiệt độ 375 độ F.

b) Trong một cái chảo, làm nâu xúc xích vụn trong 5 phút. Bất kỳ dầu mỡ nên được loại bỏ.

c) Trong một cái nồi lớn, kết hợp nước sốt mì ống, nước sốt cà chua, gia vị Ý, rượu vang đỏ và đường và trộn kỹ.

d) Trong một cái chảo, làm nóng dầu ô liu. Sau đó, xào tỏi và hành tây trong 5 phút.

e) Kết hợp xúc xích, tỏi và hành tây vào nước sốt.

f) Sau đó, đậy nắp nồi và để lửa nhỏ trong 45 phút.

g) Trong một món trộn, kết hợp pho mát mozzarella và provolone.

h) Trong một bát riêng, kết hợp ricotta, phô mai, trứng và sữa.

i) Trong đĩa nướng 9 x 13, đổ 12 chén nước sốt vào đáy đĩa.

j) Bây giờ sắp xếp mì, nước sốt, ricotta và phô mai mozzarella trong đĩa nướng thành ba lớp.

k) Phết phô mai parmesan lên trên.

l) Nướng trong một món ăn có nắp đậy trong 30 phút.

m) Nướng thêm 15 phút nữa sau khi mở đĩa.

82.Lasagna nồi nấu chậm

Kích thước khẩu phần: 8

Thành phần

- 1 lb thịt bò xay
- ½ lb. thịt xúc xích Ý cay vụn
- 1 củ hành tây xắt nhỏ
- 3 tép tỏi băm nhỏ
- 1 chén nấm thái lát
- 3 cốc nước sốt cà chua - tự làm cũng tốt, đóng lọ cũng được
- 1 ly nước
- 8 oz. bột cà chua
- 1 muỗng cà phê gia vị Ý
- 12 oz. mì lasagna làm sẵn trong lò (không phải loại thông thường)
- 1 ¼ chén phô mai ricotta
- ½ chén phô mai Parmesan nạo
- 2 chén phô mai mozzarella bào nhỏ
- thêm 1 chén phô mai mozzarella cắt nhỏ

Hướng

a) Nướng thịt bò, xúc xích, hành tây, tỏi và nấm trong chảo lớn trong 5 phút.
b) Loại bỏ bất kỳ chất béo.
c) Khuấy nước sốt, nước, bột cà chua, gia vị Ý và trộn đều.
d) Đun nhỏ lửa trong 5 phút.
e) Kết hợp ricotta, parmesan và 2 chén pho mát mozzarella trong một cái bát.
f) Tạo các lớp (2 đến 3) thịt, nước sốt, hai lớp mì (bẻ đôi) và hỗn hợp phô mai.
g) Trên cùng với 1 chén phô mai mozzarella cắt nhỏ.
h) Nấu trong 4 giờ ở nhiệt độ thấp.

83.Penne và xúc xích xông khói

Nguyên liệu

- 2 chén mì ống penne chưa nấu chín
- 1 pound xúc xích hun khói, cắt thành lát 1/4 inch
- 1-1/2 cốc sữa 2%
- 1 lon (10-3/4 ounces) kem súp cần tây đặc, không pha loãng
- 1-1/2 chén hành tây chiên cheddar, chia
- 1 chén phô mai mozzarella tách béo từng phần, chia nhỏ
- 1 chén đậu Hà Lan đông lạnh

Hướng

a) Làm nóng lò nướng ở nhiệt độ 375°. Nấu mì ống theo hướng dẫn trên bao bì.

b) Trong khi đó, trong một chảo lớn, chiên xúc xích trên lửa vừa trong 5 phút; làm khô hạn. Trong một bát lớn, kết hợp sữa và súp. Khuấy 1/2 chén hành tây, 1/2 chén phô mai, đậu Hà Lan và xúc xích. Xả mì ống; khuấy vào hỗn hợp xúc xích.

c) Chuyển sang 13x9-in được bôi trơn. món nướng. Đậy nắp và nướng cho đến khi sủi bọt, 25-30 phút. Rắc hành và phô mai còn lại. Nướng, không đậy nắp, cho đến khi phô mai tan chảy, lâu hơn 3-5 phút.

d) Tùy chọn đông lạnh: Rắc hành tây và phô mai còn lại lên soong chưa nướng. Che và đóng băng. Để sử dụng, rã đông một phần trong tủ lạnh qua đêm. Lấy ra khỏi tủ lạnh 30 phút trước khi nướng. Làm nóng lò nướng ở nhiệt độ 375°. Nướng soong theo hướng dẫn, tăng thời gian cần thiết để làm nóng qua và để nhiệt kế cắm ở giữa đọc được 165°.

84.Vỏ nhồi rau bina và phô mai

PHỤC VỤ: 6 ĐẾN 8

Thành phần

- 2 muỗng canh dầu ô liu siêu nguyên chất
- 1 pound xúc xích Ý cay
- 2 (28-ounce) lon cà chua nghiền, chẳng hạn như cà chua San Marzano hoặc Pomi
- 1 quả ớt chuông đỏ, bỏ hạt và thái lát
- 2 muỗng cà phê oregano khô
- ½ muỗng cà phê ớt đỏ nghiền nhỏ, cộng thêm nếu cần
- Muối Kosher và hạt tiêu mới xay
- 1 (8 ounce) túi rau bina xắt nhỏ đông lạnh, rã đông và vắt khô
- 1 hộp (1 pound) vỏ mì ống jumbo
- 16 ounce phô mai ricotta sữa nguyên chất
- 2 chén phô mai Gouda cắt nhỏ
- 1 chén lá húng quế tươi, xắt nhỏ, cộng với nhiều hơn để phục vụ
- Phô mai mozzarella tươi 8 ounce, rách

Huớng

a) Làm nóng lò ở 350 ° F.

b) Đun nóng dầu ô liu trong chảo lớn dùng được trong lò nướng ở nhiệt độ trung bình cao. Khi dầu bắt đầu sôi, cho xúc xích vào và nấu, dùng thìa gỗ bẻ nhỏ xúc xích cho đến khi chín vàng trong 5 đến 8 phút. Giảm nhiệt xuống thấp và thêm cà chua nghiền, ớt chuông, lá oregano, ớt đỏ và một nhúm muối và hạt tiêu. Đun nhỏ lửa cho đến khi nước sốt hơi đặc lại, 10 đến 15 phút. Cho cải bó xôi vào xào. Hương vị và thêm nhiều muối, hạt tiêu và ớt đỏ.

c) Trong khi đó, đun sôi một nồi nước muối lớn trên lửa lớn. Thêm vỏ và nấu theo hướng dẫn trên bao bì, cho đến khi chín. Thoát nước tốt.

d) Trong một bát vừa, kết hợp ricotta, Gouda và húng quế. Chuyển hỗn hợp vào túi có khóa kéo cỡ gallon. Đẩy hỗn hợp vào một góc của túi, ép không khí ra khỏi miệng túi và cắt khoảng $\frac{1}{2}$ inch khỏi góc đó.

e) Làm việc với từng cái một, cho khoảng 1 muỗng canh hỗn hợp phô mai vào từng vỏ, sau đó đặt chúng vào chảo. Rắc đều vỏ với phô mai mozzarella.

f) Chuyển chảo vào lò nướng và nướng cho đến khi phô mai tan chảy và có màu nâu nhạt ở trên, từ 25 đến 30 phút.

85.Lasagna cổ điển II

PHỤC VỤ12

Thành phần

- 1 lb xúc xích Ý ngọt
- 1 muỗng canh muối
- 3/4 lb thịt bò nạc xay
- 1/4 muỗng cà phê tiêu đen xay
- 1/2 C. hành băm
- 4 muỗng canh mùi tây tươi thái hạt lựu
- 2 tép tỏi, nghiền nát
- 12 mì lasagna
- 1 (28 oz.) lon cà chua nghiền
- 16 oz. phô mai ri-cô-ta
- 2 (6 oz.) lon sốt cà chua
- 1 quả trứng
- 2 (6,5 oz.) lon nước sốt cà chua đóng hộp
- 1/2 muỗng cà phê muối
- 1/2 C. nước
- 3/4 lb phô mai mozzarella, thái lát
- 2 muỗng canh đường trắng

- 3/4 C. phô mai Parmesan bào
- 1 1/2 muỗng cà phê lá húng quế khô
- 1/2 muỗng cà phê hạt thì là
- 1 muỗng cà phê gia vị Ý

Hướng

a) Xào tỏi, xúc xích, hành tây và thịt bò cho đến khi thịt chín hoàn toàn. Sau đó thêm vào 2

b) Muỗng canh rau mùi tây, cà chua nghiền, tiêu, tương cà chua, 1 muỗng canh muối, sốt cà chua, gia vị Ý, nước, hạt thì là, đường và húng quế.

c) Đun sôi hỗn hợp, đặt nhiệt ở mức thấp và để các chất bên trong nấu nhẹ trong 90 phút. Khuấy hỗn hợp ít nhất 4 lần.

d) Bây giờ, luộc mì ống của bạn trong nước và muối trong 9 phút rồi loại bỏ chất lỏng.

e) Lấy một cái bát, kết hợp 1/2 muỗng cà phê muối, ricotta, phần còn lại của rau mùi tây và trứng.

f) Đặt lò nướng của bạn ở 375 độ trước khi làm bất cứ điều gì khác.

g) Phủ 1,5 C hỗn hợp thịt và cà chua lên đáy đĩa hầm, sau đó đặt sáu miếng lasagna lên trên.

h) Thêm một nửa hỗn hợp pho mát sau đó 1/3 mozzarella.

i) Thêm 1,5 C. hỗn hợp thịt cà chua một lần nữa và 1/4 C. parmesan.

j) Tiếp tục xếp lớp theo cách này cho đến khi tất cả các thành phần đã được sử dụng hết.

k) Cố gắng kết thúc với mozzarella và parmesan.

l) Lấy một miếng giấy bạc lớn và phủ nó bằng bình xịt chống dính, sau đó dùng giấy bạc đậy đĩa thịt hầm và nấu mọi thứ trong lò trong 30 phút.

m) Bây giờ hãy bỏ giấy bạc ra và tiếp tục nấu món lasagna trong 20 phút nữa.

n) Phục vụ món ăn sau khi để yên ít nhất 30 phút (lâu hơn càng tốt).

86.Mì xúc xích Pepperoni

PHỤC VỤ12

Thành phần

- 3/4 lb thịt bò xay
- 1/4 muỗng cà phê tiêu đen xay
- 1/2 lb xúc xích Ý, xắt nhỏ
- 9 mì lasagna
- 1/2 lb xúc xích pepperoni, xắt nhỏ
- 4 C. phô mai mozzarella cắt nhỏ
- 1 củ hành tây, băm nhỏ
- 2 C. phô mai
- 2 (14,5 oz.) lon cà chua hầm
- 9 lát phô mai Mỹ trắng
- 16 oz. nước sốt cà chua
- bào phô mai Parmesan
- 6 oz. bột cà chua
- 1 muỗng cà phê bột tỏi
- 1 muỗng cà phê oregano khô
- 1/2 muỗng cà phê muối

Huóng

a) Chiên xúc xích Ý, thị t bò, hành tây và xúc xích Ý trong 10 phút. Loại bỏ dầu thừa. Cho tất cả mọi thứ vào nồi nấu chậm của bạn ở mức thấp cùng với một ít hạt tiêu, sốt cà chua và bột nhão, muối, cà chua hầm, lá oregano và bột tỏi trong 2 giờ.

b) Bật lò nướng của bạn lên 350 độ trước khi tiếp tục.

c) Luộc lasagna của bạn trong nước muối cho đến khi chín trong 10 phút, sau đó loại bỏ hết nước.

d) Trong đĩa nướng của bạn, phết một lớp nước sốt nhẹ sau đó xếp lớp: 1/3 mì, 1 1/4 C. phô mai mozzarella, 2/3 C. phô mai tươi, lát phô mai Mỹ, 4 muỗng canh phô mai parmesan, 1/3 thị t. Tiếp tục cho đến khi món ăn đầy.

e) Nấu trong 30 phút.

87.Mì Ramen Salad

Kích thước khẩu phần: 6

Thành phần

- 6 oz. mì ramen nghiền nát
- 1 chén hạnh nhân xắt nhỏ
- 1 muỗng canh hạt mè
- $\frac{1}{4}$ dầu hạt cải
- 3 muỗng canh giấm trắng
- 1 gói hương vị mì ramen
- $\frac{1}{2}$ chén đường trắng
- 2 muỗng canh nước tương
- 2 chén gói hỗn hợp slaw
- $\frac{1}{2}$ chén hạt dẻ nước xắt nhỏ
- 4 củ hành lá xắt nhỏ
- Muối và hạt tiêu cho vừa ăn

Hướng

a) Đặt mì ramen, hạnh nhân cắt nhỏ và hạt vừng lên khay nướng và nướng trong 10 phút ở nhiệt độ 350 độ. Để nguội.

b) Cho dầu, giấm, đường, gói hương vị ramen và giấm vào chảo nhỏ và đun sôi trong 1 phút.

c) Khuấy nước tương.

d) Chuyển hỗn hợp slaw, hạt dẻ nước và hành lá vào bát salad.

e) Khuấy hỗn hợp mì và hỗn hợp dầu và giấm và quăng đều.

f) Nêm muối và tiêu nếu cần.

88.Tóc thiên thần Carbonara

Kích thước khẩu phần: 2

Thành phần

- ½ lb. mì sợi tóc thiên thần
- 4 lát thịt xông khói
- ¼ chén kem chua nguyên chất
- ¼ chén kem nặng
- ¼ chén Pecorino Romano nghiền
- 1 quả trứng
- ¼ muỗng cà phê gia vị Ý
- ¼ muỗng cà phê hạt tiêu đỏ
- ½ muỗng cà phê muối tỏi

Hướng

a) Chiên thịt xông khói trong một kỹ năng trong 7 phút.

b) Xả, để nguội và vỡ vụn.

c) Nấu tóc thiên thần trong nồi nước muối trong 5 phút. Làm khô hạn.

d) Kết hợp sữa chua, kem chua, Pecorino Romano, trứng và tất cả các gia vị trong một cái bát.

e) Quăng mì ống với hỗn hợp phô mai và phủ thịt xông khói vụn lên trên.

89.Penne với nước sốt Vodka

Kích thước khẩu phần: 4

Thành phần

- 16 oz. Penne pasta
- 1 muỗng canh dầu ô liu
- 1 củ hành tây thái hạt lựu
- 3 tép tỏi băm nhỏ
- ¼ lb. prosciutto băm nhỏ
- 28 oz. cà chua nghiền đóng hộp
- 1 chén nước sốt cà chua
- ½ chén rượu vodka
- 1 chén kem nặng
- 1 chén phô mai Parmesan
- ½ chén lá húng quế tươi xắt nhỏ
- ¼ muỗng cà phê húng tây
- 1 muỗng canh rau mùi tây xắt nhỏ
- muối để hương vị
- 1 muỗng cà phê đường

Huớng

a) Nấu mì ống trong nồi nước muối trong 10 phút. Làm khô hạn.
b) Đun nóng dầu trong chảo lớn hoặc nồi khác.
c) Xào hành, tỏi, prosciutto trong 2 phút.
d) Thêm cà chua nghiền và nước sốt cà chua.
e) Khuấy và đun nhỏ lửa trong 5 phút.
f) Thêm rượu vodka và kem nặng và đun nhỏ lửa trong 20 phút.
g) Nêm húng quế, húng tây, rau mùi tây, muối và đường.
h) Nếm và điều chỉ nh gia vị .
i) Khuấy mì ống đã nấu chín và pho mát parmesan và đun nhỏ lửa trong 5 phút.

90.Nui ngòi bút nấu rượu Vodka

PHỤC VỤ: 8

Thành phần

- 4 muỗng canh bơ mặn
- 2 tép tỏi, băm nhỏ hoặc bào
- ½ muỗng cà phê hạt tiêu đỏ nghiền
- ½ chén rượu vodka
- 1 lon (28-ounce) cà chua nghiền, chẳng hạn như cà chua San Marzano hoặc Pomi
- ½ chén cà chua khô ngâm trong dầu ô liu, để ráo nước và cắt nhỏ
- Muối Kosher và hạt tiêu mới xay
- ¾ cốc kem nặng
- 1 (1-pound) hộp penne
- 1 chén phô mai Parmesan bào, cộng thêm nhiều thứ khác để phục vụ
- húng quế tươi, để phục vụ

Huóng

a) Trong một cái chảo lón, kết họp bơ, tỏi và ót đỏ trên lửa vừa và thấp. Nấu, khuấy thường xuyên, cho đến khi bơ tan chảy và tỏi có mùi thơm, khoảng 5 phút. Thêm rượu vodka và đun nhỏ lửa. Nấu cho đến khi giảm một phần ba, thêm 2 đến 3 phút nữa. Thêm cà chua đã nghiền, cà chua phơi khô và một nhúm muối và hạt tiêu lón vào mỗi loại. Đun nước sốt trên lửa vừa cho đến khi giảm nhẹ, 10 đến 15 phút. Chuyển nước sốt vào máy xay sinh tố hoặc sử dụng máy xay ngâm để xay nhuyễn nước sốt cho đến khi mị n, trong 1 phút. Khuấy kem cho đến khi kết họp.

b) Trong khi đó, đun sôi một nồi nước muối lón trên lửa lón. Thêm penne và nấu theo hướng dẫn trên bao bì, cho đến khi chín. Để ráo và thêm mì ống và Parmesan vào nước sốt, trộn đều.

c) Để phục vụ theo cách truyền thống, hãy chia mì ống thành tám đĩa hoặc bát. Trang trí với húng quế và Parmesan.

91.Pasta húng quế chanh với cải bruxen

PHỤC VỤ: 8

Thành phần

- 1 (1 pound) hộp mì ống cắt dài, chẳng hạn như bucatini hoặc fettuccine
- 4 ounce prosciutto thái lát mỏng, rách
- 3 muỗng canh dầu ô liu siêu nguyên chất
- 1 pound cải Brussels, giảm một nửa hoặc làm tư nếu lớn
- Muối Kosher và hạt tiêu mới xay
- 2 muỗng canh giấm balsamic
- 1 quả ớt jalapeño, bỏ hạt và thái nhỏ
- 1 muỗng canh lá húng tây tươi
- 1 chén Pesto chanh húng quế
- 4 ounce phô mai dê, vụn
- ⅓chén phô mai Manchego nạo
- Vỏ và nước cốt của 1 quả chanh

Hướng

a) Làm nóng lò ở nhiệt độ 375°F.

b) Đun sôi một nồi nước muối lớn trên lửa lớn. Thêm mì ống và nấu theo hướng dẫn trên bao bì cho đến khi chín. Dự trữ 1 chén nước nấu mì ống, sau đó để ráo nước.

c) Trong khi đó, sắp xếp prosciutto thành một lớp đều trên khay nướng có lót giấy da. Nướng cho đến khi giòn, 8 đến 10 phút.

d) Trong khi nấu mì ống và nướng prosciutto, hãy đun nóng dầu ô liu trong chảo lớn trên lửa vừa. Khi dầu lấp lánh, thêm cải Brussels và nấu, thỉ nh thoảng khuấy, cho đến khi vàng nâu, 8 đến 10 phút. Nêm với muối và hạt tiêu. Giảm nhiệt xuống mức trung bình thấp và thêm giấm, ớt jalapeño, cỏ xạ hương và nấu cho đến khi mầm chín, thêm 1 đến 2 phút nữa.

e) Lấy chảo ra khỏi bếp và thêm mì ống đã ráo nước, sốt pesto, phô mai dê, Manchego, vỏ chanh và nước cốt chanh. Thêm khoảng $\frac{1}{4}$ cốc nước nấu mì ống và khuấy đều để tạo nước sốt.

f) Mỗi lần thêm 1 muỗng canh cho đến khi đạt được độ đặc mong muốn. Hương vị và thêm nhiều muối và hạt tiêu khi cần thiết.

g) Chia đều mì ống vào tám bát hoặc đĩa và phủ lên trên mỗi bát một lớp prosciutto giòn.

92.Crimini mì nướng

PHỤC VỤ6

Thành phần

- 8 cái nấm hương
- 1/3 C. phô mai parmesan, nạo
- 1 bông cải xanh C.
- 3 muỗng canh thảo dược Provence
- 1 C. cải bó xôi, lá tươi, bó chặt
- 2 muỗng canh dầu ô liu nguyên chất
- 2 quả ớt chuông đỏ, thái sợi
- 1 muỗng canh muối
- 1 củ hành tây lớn, xắt nhỏ
- 1/2 muỗng canh hạt tiêu
- 1 C. phô mai mozzarella, cắt nhỏ
- 1 C. sốt cà chua
- 2/3 lb. mì ống (fettuccine hoặc penne hoạt động tốt)

Huóng

a) Truớc khi bạn làm bất cứ điều gì, hãy đặt lò nuớng ở nhiệt độ 450 F. Bôi tron đĩa soong bằng dầu hoặc bình xị t nấu ăn.

b) Lấy một bát trộn lón: Cho nấm, bông cải xanh, rau bina, hạt tiêu và hành tây vào đó.

c) Thêm 1 muỗng canh dầu ô liu, muối, hạt tiêu và đảo đều một lần nũa.

d) Trải rau trong đĩa mỡ và nấu trong lò trong 10 phút.

e) Nấu mì ống cho đến khi nó trở nên mềm. Xả mì ống và đặt nó sang một bên.

f) Lấy một bát trộn lón: Trộn 1 muỗng canh dầu ô liu vói rau nuớng, mì ống, rau thơm và phô mai mozzarella. Rải hỗn hợp trở lại trong món thị t hầm.

g) Rắc phô mai lên trên sau đó nấu trong 20 phút. Phục vụ nó ấm áp và thuởng thúc.

93.Mỳ Ý Nóng Nắng

PHỤC VỤ2

Thành phần

- 2 1/2 C. mì spaghetti nấu chín
- 1 muỗng cà phê oregano
- 1/4 C. dầu ô liu
- 2 muỗng canh tỏi tươi
- 8 quả ớt pepperoncini, bằm nhuyễn
- 1/2 C. nước sốt spaghetti

Hướng

a) Đặt một chảo lớn trên lửa vừa. Đun nóng dầu trong đó. Thêm các loại thảo mộc với ớt và nấu chúng trong 4 phút.

b) Khuấy nước sốt với mì spaghetti đã nấu chín sau đó nấu trong 3 phút.

c) Phục vụ mì spaghetti của bạn ngay lập tức.

94. Puttanesca

PHỤC VỤ4

Thành phần

- 8 oz. mỳ ống
- 2 muỗng canh sốt cà chua
- 1/2 C. dầu ô liu
- 3 muỗng canh nụ bạch hoa
- 3 tép tỏi, băm nhỏ
- 20 ô liu Hy Lạp, đọ sức và thái hạt lựu
- 2 C. cà chua thái hạt lựu
- 1/2 muỗng cà phê mảnh ớt đỏ nghiền
- 4 phi lê cá cơm, rửa sạch và thái hạt lựu

Huóng

a) Luộc mì ống của bạn trong nước và muối trong 9 phút sau đó loại bỏ tất cả chất lỏng.

b) Bây giờ là xào tỏi của bạn trong dầu cho đến khi nó vàng đều.

c) Sau đó thêm cà chua và nấu hỗn hợp trong 7 phút trước khi thêm: hạt tiêu mảnh, cá cơm, ô liu, bột cà chua và nụ bạch hoa.

d) Để hỗn hợp nấu trong 12 phút và khuấy mọi thứ ít nhất 2 lần.

e) Bây giờ thêm mì ống vào và khuấy đều mọi thứ để phủ đều mì.

95.Parmesan Orzo

PHỤC VỤ6

Thành phần

- 1/2 C. bơ, chia
- bột tỏi để hương vị
- 8 củ hành tây
- Muối và hạt tiêu cho vừa ăn
- 1 C. mì ống orzo chưa nấu chín
- 1/2 C. phô mai Parmesan bào
- 1/2 C. nấm tươi thái lát
- 1/4 C. mùi tây tươi
- 1 C. nước
- 1/2 C. rượu trắng

Huóng

a) Xào hành tây của bạn trong một nửa số bơ cho đến khi nó có màu nâu, sau đó thêm phần còn lại của bơ, nấm và orzo.

b) Tiếp tục chiên mọi thứ trong 7 phút.

c) Bây giờ kết hợp rượu và nước và đun sôi mọi thứ.

d) Sau khi hỗn hợp sôi, đặt nhiệt ở mức thấp và nấu mọi thứ trong 9 phút sau khi thêm hạt tiêu, muối và bột tỏi.

e) Khi orzo đã hoàn thành, hãy rắc rau mùi tây và parmesan lên trên.

96.mì ống mộc mạc

THỜI GIAN CHUẨN BỊ :10 phút

GIỜ NẤU ĂN:35 phút

PHỤC VỤ4

Thành phần

- 1 lb mì ống farfalle (thắt nơ)
- 1 (8 oz.) gói nấm, thái lát
- 1/3 C. dầu ô liu
- 1 muỗng canh oregano khô
- 1 tép tỏi, băm nhỏ
- 1 muỗng canh ớt bột
- 1/4 C. bơ
- Muối và hạt tiêu cho vừa ăn
- 2 quả bí nhỏ, cắt làm tư và thái lát
- 1 củ hành tây, xắt nhỏ
- 1 quả cà chua, xắt nhỏ

Huớng

a) Luộc mì ống của bạn trong 10 phút trong nước và muối. Loại bỏ chất lỏng dư thừa và đặt sang một bên.

b) Chiên muối, hạt tiêu, tỏi, ớt bột, bí xanh, oregano, nấm, hành tây và cà chua trong 17 phút trong dầu ô liu.

c) Trộn rau và mì ống.

97. Mì trứng ở Đức

PHỤC VỤ6

Thành phần

- muối kosher
- 3 muỗng canh rau mùi tây phẳng, xắt nhỏ
- 1 (12 oz.) gói mì trứng to
- hạt tiêu đen tươi
- 4 -6 muỗng canh bơ lạnh không ướp muối, cắt thành từng miếng

Hướng

a) Trong một chảo nước sôi có pha chút muối, nấu mì trứng trong khoảng 5 phút, thỉ nh thoảng khuấy đều.

b) Để ráo nước, giữ lại 1/4 C. chất lỏng nấu ăn.

c) Trong một chảo vừa, thêm chất lỏng nấu nóng dành riêng ở nhiệt độ thấp.

d) Từ từ, thêm bơ, đánh liên tục cho đến khi tạo thành nước sốt kem.

e) Khuấy mùi tây, muối và hạt tiêu đen.

f) Thêm mì và quăng để áo khoác tốt.

g) Phục vụ ngay lập tức.

98.Mì Ý với bánh mì nuóng

PHỤC VỤ4

Thành phần

- 12 oz. mì trứng
- 1 nhúm muối
- 1/2 C. bơ lạt
- 1/4 muỗng cà phê tiêu
- 2 lát bánh mì trắng, xé nhỏ

Hướng

a) Trong một chảo nước sôi lớn, chuẩn bị mì trứng theo hướng dẫn trên bao bì.

b) Trong khi đó, cho bánh mì nướng vào chảo nhỏ, đun chảy bơ ở lửa vừa và nấu các miếng bánh mì cho đến khi giòn nhẹ.

c) Khuấy muối và hạt tiêu đen và loại bỏ mọi thứ khỏi nhiệt.

d) Trong một bát phục vụ, trộn mì và bánh mì và phục vụ

99.Nạp vỏ mì ống Lasagna

Nguyên liệu

- 4 chén phô mai mozzarella bào nhỏ
- 1 hộp phô mai ricotta (15 ounce)
- 1 gói (10 ounces) rau bina xắt nhỏ đông lạnh, rã đông và vắt khô
- 1 gói (12 ounces) vỏ mì ống jumbo, nấu chín và để ráo nước
- 3-1/2 chén nước sốt spaghetti
- Phô mai Parmesan nạo, tùy chọn

Huớng

a) Làm nóng lò nướng ở nhiệt độ 350°. Kết hợp pho mát và rau bina; nhét vào vỏ ốc. Sắp xếp trong một 13x9-in bôi trơn. món nướng. Đổ nước sốt spaghetti lên vỏ sò. Đậy nắp và nướng cho đến khi nóng qua, khoảng 30 phút.

b) Nếu muốn, rắc phô mai Parmesan sau khi nướng.

100. Scuola di Pasta

Huớng

d) Để cán bột mì ống, hãy điều chỉnh thuớc đo máy cán mì ống ở mức độ dày nhất.

e) Bụi một tấm nuớng với semolina.

f) Lấy bột mì ra khỏi tủ lạnh và cắt thành các phần tư.

g) Rắc nhẹ bột mì lên một đoạn bột và cho qua máy cán mì ống, rắc bột mì một lần nữa khi đi qua máy cán bột để tạo thành các tấm dài.

h) Điều chỉnh máy cán mỏng nhất tiếp theo và cho bột qua một lần nữa. Tiếp tục cho bột qua máy cán bột theo cách này cho đến khi bạn đưa bột qua máy đo.

i) Đặt tấm bột lên khay nuớng đã chuẩn bị và lặp lại, trải các đoạn bột còn lại theo cách tương tự và phủ semolina lên tấm mì ống đã trải bột để ngăn các tấm bột dính vào nhau.

j) Sử dụng các hình dạng hoặc đặt khay nuớng trong tủ đá trong vài giờ cho đến khi mì ống đông lại. Cố gắng chống lại sự cám dỗ để đóng băng chúng lâu hơn 2 tuần. Tủ đông sẽ làm mì ống bị mất nước, khiến mì bị nứt, vỡ và mất kết cấu ngon.

k) Muối nước và nấu mì ống al dente.

l) Vớt mì nhanh ra, để lại một ít nước còn chảy ra từ mì, sau đó nhanh chóng cho mì vào chảo cùng với nước sốt.

PHẦN KẾT LUẬN

Pasta có nhiều dạng, hình dạng và kích cỡ khác nhau. Nó không chỉ đơn giản là vấn đề tạo ra bột mì. Đó cũng là những gì bạn đị nh làm với nó sau khi bạn đã tạo ra nó. Ví dụ, cách dễ nhất để làm với bột nhào mì ống là cuộn nó lại rồi cắt thành những dải dài kiểu Linguine. Đây là cách làm mì ống cơ bản nhất và thường là lựa chọn đầu tiên cho những người mới làm mì ống. Tuy nhiên, còn rất nhiều điều có thể đạt được và cuốn sách này sẽ cho bạn thấy bạn có thể làm gì khác với bột nhào mì ống mới làm của mình.

CPSIA information can be obtained
at www.ICGtesting.com
Printed in the USA
LVHW081940130323
741532LV00008B/908

9 781805 429845